தேநீர்க் கலை

ஜப்பானியக் கலை ரசனையின் தத்துவம்

ஒக்ககூரா காக்குஜோ

ஜப்பானிய மொழியிலிருந்து தமிழில்
அ. பெருமாள்

பதிப்பாசிரியர்: **இந்திரன்**

மலர் புக்ஸ்

மலர் புக்ஸ்

♦ தேநீர்க் கலை ♦ ஒக்ககூரா காக்குஜோ ♦ ஜப்பானிய மொழியிலிருந்து தமிழில் : அ. பெருமாள் ♦ பதிப்பாசிரியர்: இந்திரன் ♦ பரிசல் முதல் பதிப்பு: ஜூலை 2023 ♦ பக்கங்கள்: 112 ♦ வெளியீடு: பரிசல் புத்தக நிலையம் 235, P. பிளாக் MGR முதல் தெரு, MMDA காலனி, அரும்பாக்கம், சென்னை – 600 106. பேச: 9382853646, 8825767500 மின்னஞ்சல்: parisalbooks2021@ gmail.com ♦ அச்சாக்கம்: கம்ப்யூ பிரிண்டர்ஸ், சென்னை – 600 086.

♦ Sales Right : Parisal Putthaganilayam, Chennai - 600 106.

THENEER KALAI (ART OF TEA) ♦ Okkura Kakuzo ♦ Tamil Translation by: a. Perumal ♦ Parisal First Edition: July 2023 ♦ Pages: 112 ♦ Published by Parisal Putthaga Nilayam, No. 235, ‘P’ Block MGR First Street, MMDA Colony, Arumbakkam, Chennai - 600 106. Mobile: 93828 53646, 8825767500 Email: parisalbooks2021@ gmail.com ♦ Printed at: Compu Printers, Chennai - 86.

Rs. 120

ISBN: 978-93-91947-55-2

தேநீர்க் கோப்பைக்குள் ஒரு கலை தத்துவ விசாரணை

கலை தத்துவம் பற்றிய ஒரு பொக்கிஷம்தான் "தேநீர்க் கலை" (THE BOOK OF TEA) எனும் இந்தப் புத்தகம். டாக்டர் ஆனந்த குமாரசாமி எழுதிய "சிவ நடனம்" (THE DANCE OF SIVA) கலைத் தத்துவத்தில் எந்த அளவு முக்கியமான புத்தகமோ, அந்த அளவுக்கு முக்கியமானதுதான் ஜப்பானிய அறிஞர் ஒக்ககூரா காக்குஜோ எழுதிய இந்நூல். ஜென், டாவோயிசத் தத்துவங்களையும், ஜப்பானியப் பண்பாட்டு நுட்பங்களையும் ஒளி ஊடுருவும் தேநீரின் எளிமையுடன் பேசும் உன்னதமான இந்நூலை, 30 ஆண்டுகள் தாகூரின் சாந்திநிகேதனில் வாழ்ந்த ஓவியர் அ.பெருமாள் ஜப்பானிய மொழியிலிருந்து நேரிடையாக மொழிபெயர்த்து 1989இல் மதுரையில் வெளியிட்டிருக்கிறார். எஸ்.ரா.பவுண்டு, டி.எஸ். எலியட் போன்ற கவிஞர்களின் மனம் கவர்ந்த இந்நூல் 22ஆண்டுகளுக்குப் பிறகு மீண்டும். பதிப்பிக்கப்படுகிறது.

ஓவியர் அ.பெருமாளை நான் முதன் முதலில் சந்தித்த போது, தான் மொழிபெயர்த்த "தேநீர்க் கலை" புத்தகத்தை, ஒரு மலர்க் கொத்தைக் கொடுப்பது போன்ற தோரணையில் எனக்குக் கொடுத்தார். அவர் காட்டுக்குள் பூத்த ஒரு பூ தன்னை ரசிப்பதற்கு யாருமில்லை என்று தெரிந்தாலும் பூத்து

ஜொலித்து இந்த பிரபஞ்சத்தின் மூலையில் தனக்கொரு இடம் இருக்கிறது என்பதை நிறுவும் காட்டுப்பூவைப் போல தனது தொண்ணூறாவது வயது வரை சலியாது இயங்கி, மதுரையில் மறைந்த ஒரு வால் நட்சத்திரம் அவர். ஓவியத்தில், சிற்பத்தில், பறவைகள் பற்றிய அக்கறையில், கலை அனுபவத்தை ஆதிவாசிகள் போன்ற விளிம்புநிலை மக்களிடமும் கொண்டுபோய்ச் சேர்ப்பதில் சுயநலம் கலவாது இயங்கிய ஒரு தனிமனித இயக்கம்.

மதுரையைச் சேர்ந்த அவர், தாகூருடன் நெருங்கிப் பழகியவர். தாகூர் காலத்தில் வாழ்ந்த ஓவிய மேதைகள் நந்தலால் போஸ், பினோத் பிஹாரி முக்கர்ஜி போன்ற மேதைகளிடம் ஓவியம் பயின்று, கலாபவனத்திலேயே கலை ஆசிரியராகப் பணியாற்றி, வங்காளிகளால் "பெருமாள்தா" ("தா" என்ற ஒட்டுச் சொல்லுக்கு வங்காள மொழியில் அண்ணன்" என்று பொருள்.) என்று ஒரு மூத்த சகோதரனாக கருதப்பட்ட ஓர் ஓவியர். ஓவிய மேதை நந்தலால் போஸ் வாழ்க்கை வரலாற்றில் தமிழ் நாட்டைச் சேர்ந்த அ.பெருமாள் பற்றி பத்து பக்கங்கள் வங்காள மொழியில் எழுதப்பட்டு இருக்கிறது என்றால் அது தமிழ்நாட்டுக்குப் பெருமை. 1999இல் இவரது முதிர்ந்த வயதில் இவரது பல்வேறு கால கட்டங்களில் படைத்த ஓவிய, சிற்பப் படைப்புகளைத் திரட்டி சென்னை லலித் கலா அகாடமியில் ஒரு ஓவியக் கண்காட்சியை நான் அவருக்கு அமைத்துக் கொடுத்தேன். அப்போது கண்காட்சியில் இருக்கும் எந்தப் படைப்பும் "விற்பனைக்கு அல்ல" என்று ஒரு போர்டு மாட்டுமாறு சொன்னார் அவர். அந்தக் கண்காட்சியை ஒட்டி TAKING HIS ART TO TRIBALS எனும் ஆங்கில நூலை நான் எழுதி வெளியிட்டபோது அவர் தனது “தேநீர்க் கலை" நூலை மறு பதிப்பு செய்யுமாறு என்னைக் கேட்டுக் கொண்டார். 1999இல் அ.பெருமாள் அவர்கள் என்முன் வைத்த வேண்டுகோளை 12 ஆண்டுகள் கழித்து சந்தியா நடராஜன் அவர்களால் இன்றுதான் நிறைவேற்ற முடிகிறது.

அவர் பிரெஞ்சு, ஜப்பானியம், ஆங்கிலம், இந்தி, கன்னடம், வங்காள மொழி அறிந்தவர்தான் என்ற போதிலும்

தமிழை என்றைக்கும் மறந்ததில்லை. நந்தலால் போஸ் வங்காள மொழியில் எழுதிய "ஓவியக்கலை" எனும் நூலை தமிழில் மொழிபெயர்த்து 1950ஆம் ஆண்டிலேயே வெளி யிட்டவர். ஓவியர். அ. பெருமாள்

அவர் செய்த மிகப் பெரிய இலக்கியப் பங்களிப்பு ஒக்ககூரா எனும் ஜப்பானிய சிந்தனையாளர் எழுதிய "தேநீர்க் கலை" எனும் இந்நூலை தமிழில் மொழி பெயர்த்து வெளியிட்டதுதான். அ.பெருமாள் பெண் கவிஞர் ஒருவருடன் ஜப்பானிய மொழியில் சரளமாகப் பேசியதை நான் பார்த்து வியந்து இருக்கிறேன். ஜப்பானிய மொழியில் பேசவும், எழுதவும் அவரால் முடியும். எனவே "தேநீர்க் கலை" நூலை ஜப்பானிய மொழியிலிருந்தே நேரிடையாக மிக இனிமையான தமிழில் அவர் மொழிபெயர்த்தார் என்பது இந்நூலின் சிறப்பு.

✸

ஜென் புத்த மத துறவி ரிக்யூ 16 ஆம் நூற்றாண்டில் உருவாக்கியதுதாள் 'தேநீர்க் கலை", அதற்கு என்று தனியான கட்டடக் கலையும், தோட்டக் கலையும், தூய மலைத் தண்ணீரும், சிறந்த தேயிலைகளும் என்று தனித்துவமான ஒரு பண்பாட்டு முறையையே ஜப்பான் உருவாகி வைத்திருக்கிறது. தேநீர் தயாரித்து அதைப் பகிர்ந்து அருந்துவதை அதற்கென சிறப்பான விதிமுறைகளோடு கூடிய ஒரு சடங்காகக் கலை நேர்த்தியுடன் பயின்றார்கள் ஜப்பானியர்கள். ஜென் புத்த மதம், டாவோயிசம் ஆகிய தத்துவச் சிந்தனைகளின் அடிப்படையில் மனதைச் சீரமைப்பது, இயற்கையோடு ஆன்மிகமாக உறவாடுவது ஆகியவற்றை தேநீர்க் கலை மிக எளிமையாக ஒரு விளையாட்டு போலச் செய்து விடுகிறது. ஜப்பானியர்களின் வீடுகள், பழக்க வழக்கங்கள், உடை உணவு போர்சிலின் பாண்டங்கள், அரக்கு வேலைகள், ஓவியங்கள், ஏன் இலக்கியங்களும்கூட அந்த தேநீர்த் ததுவத்தில் ஊறி வளர்ந்தவையே. ஜப்பானியர்கள் தேநீர்க் கலையின் மூலமாக ஞானத்தைத் தேடுவது எப்படி என்பதை ஒக்ககூரா

காக்குஜோ ஒரு கவிதை போலப் எழுதிச் செல்கிறார். ஜப்பானியப் பண்பாட்டு எல்லைகளைக் கடந்து மேலை, கீழை நாடுகளின் சிந்தைகளின் கலப்பிற்கான ஒரு பாலமாக தேநீர் அமையும் என்று ஒக்ககூரா கருதினார்.

ஜப்பானில் பிறந்து, அவரது தந்தையின் கருத்துப் படி மேலைநாடுகளில் ஆங்கில முறைப்படி கல்வி கற்று பாஸ்டன் அருங்காட்சியகத்தில் கலைப் பொருள் ஆய்வாளராகப் பணியாற்றிய ஒக்ககூரா ஜப்பானியர்களின் கலை தத்துவம் பற்றி மேலைநாட்டவர் கொண்டிருக்கும் தவறான கருத்துகளை எதிர்கொள்ள நினைத்ததின் விளைவுதான் இந்தப் புத்தகம். அறிஞர் ஒக்ககூரா சில ஜப்பானிய ஓவியர்களுடன் இந்தியாவுக்கு வந்து ஓராண்டுக் காலம் தங்கி இருந்து கீழைநாடுகள் அனைத்தையும் கலை, பண்பாட்டு அளவில் ஒன்றிணைக்கும் பணியில் ஈடுபட்டிருக்கிறார்.

மேல்நாட்டுச் சூரியனிடம் ஒலிவாங்கிப் பிரகாசிக்கும் தேய்ந்து போகும் நிலவாக நமது இலக்கியமும் கலைகளும் இல்லாதிருக்க வேண்டுமானால் நமது ஓவியர்கள் இத்தகைய நூல்களைப் படிக்க வேண்டும். இலக்கியவாதிகளுக்கு ஒரு புதிய சிந்தனைத் திருப்பத்தை இந்நூல் கொடுக்கும் எனத் தீர்மானமாக நம்பலாம்.

இந்திரன்

23.12.2011

தேநீர்க் கலை

வாசகர்களுக்கு ஒரு வேண்டுகோள். 'கலையை ரசித்தல்' என்ற அத்தியாயத்தை முதலில் படித்துப் பாருங்கள். பின்னர் முதல் அத்தியாயத்திலிருந்து நூல் முழுவதையும் படிக்க வேண்டும் என்ற தூண்டுதல் ஏற்படும். எனக்கு ஏற்பட்ட அனுபவத்தை வைத்துத்தான் அப்படிக் கூறுகிறேன். மொழிபெயர்ப்பாளர் எனக்கு முதலில் படிக்கக் கொடுத்தது அந்த அத்தியாயத்தைத்தான். அதைப் படித்துப் பார்ப்பவர்களுக்கு, இது மூல நூலா அல்லது மொழியாக்கமா என்று திகைப்பு ஏற்படும் என்பது திண்ணம். அப்படி ஒரு எளிமை, இனிமை, மிடுக்கு, நயம் அத்தனையும் கலந்து மொழிபெயர்ப்யாளரின் தமிழ் நடை நெஞ்சை அள்ளுகிறது. மூல நூலில் காணப்படும் கருப்பொருளின் மீது உண்மையான நாட்டமும் ஈடுபாடும் இருந்து விட்டால் இப்படியெல்லாம் தமிழ் வார்த்தைகளை ஏவல் செய்ய முடியும் என்பதைக் கண்டு வியக்காமல் இருக்க முடியாது.

பொதுவாக வார்த்தைக்கு வார்த்தை மொழியைப் பெயர்த்து உயிரையும் பெயர்த்தெறியும் போக்குத்தான் மொழியாக்கம் என்ற பெயரில் உலா வருகிறது. மூல நூலாசிரியர் தமிழகத்தில் மறுஜென்மம் எடுத்துத் தமிழில் பேசினால் எப்படிப் பேசுவாரோ அப்படி அல்லவா பேசவைத்து விட்டார் பேராசிரியர் பெருமாள் அவர்கள்! பேராசிரியரின் நாற்பத்தைந்து ஆண்டுகால் சாந்தி நிகேதன வாசம் அவருக்குத் தனித்த ஒரு பார்வையை நல்கியிருக்கிறது.

பாரத நாட்டு கலை இலக்கிய பண்பாட்டுத் துறையில் மறுமலர்ச்சி இயக்கத்தின் முன்னோடியாகத் திகழ்ந்த

கவியரசர் தாகூரின் சந்நிதானத்தில், ஓவியக் கலையில் யோகியாக விளங்கிய நந்தலால் போஸின் மாணவராகவும் பின்னர் சக ஆசிரியராகவும் பணியாற்றி, கலாதேவியின் உபாசனையில் மனந்தோய்ந்து ஈடுபாடு கொண்ட பேராசிரியர் பெருமாள் அவர்களுக்குக் கலையைப் பற்றிப் பேசுவது மீன் குஞ்சு நீந்துவது போலாகும். ஜப்பானுக்குச் சென்று தம்முடைய கலைப்படைப்பைக் கண்காட்சியில் வைத்துக் காண்பித்திருக்கிறார். ஜப்பானிய கலைவாழ்க்கையை நேரில் கண்டு ரசித்திருக்கிறார். பெறற்கரிய இத்தகு அனுபவங்களை எல்லாம் பெற்ற இவரைப் பொருத்தமான மொழிபெயர்ப்பாளராக இந்நூல் பெற்றதில் தமிழுக்கு அதிர்ஷ்டம் என்று கூறுவேன்.

பண்பாட்டுத் துறையில் புதுமைக்கும் பழமைக்கும் இடையில் திகைத்து நிற்கும் போக்கு தமிழகத்தில் இருப்பதைக் காண்கிறேன். கலாச்சார வெற்றிடம் உருவாகி விட்டதோ என்று அஞ்சும் அளவிற்கு நிலைமை முற்றியிருப்பதாகவும் கூறலாம். நமது பண்பாட்டு ஆணிவேர், பக்க வேர்கள் எவை என்பதைக் காண முடியாமல், நம் மண்ணின் மகிமையை மதிக்கத் தெரியாமல் இன்றைய கல்வி செய்து விட்டது.

உத்தியோகம் பார்த்து பணம் பண்ணுவதும் உத்தியோகம் பார்க்க முடியாத வயோதிக காலத்திற்காகப் பாதுகாப்பு தேடுவதுமே வாழ்க்கையின் குறிக்கோளாக மாறிவிட்ட சூழ்நிலை இது. பாரதியார் மொழியில் கூறுவதென்றால், தேடிச்சோறு நிதம் தின்று பல சின்னஞ்சிறு கதைகள் பேசிக் காலம் தள்ளும் பிராணியாக மனிதன் இழிந்து விட்ட நிலையில் வாழ்வில் ஒழுங்கு, நியாயம், சீர்மை, கலை அம்சம் என்றெல்லாம் பேச முடியுமா? மனித மேன்மைகள் சிதைக்கப்பட்ட லௌகீக வாழ்க்கையில் மகிழ்ந்து நெளியும் புழுக்களாக மனித இனம் மாறி விட்ட பரிதாபக் காட்சி தொழிற்புரட்சி தந்த நுகர்வோர். நாகரிகத்தால் விளைந்தது. இதிலிருந்து மீள வேண்டும். மனித விழுமங்களை மரியாதை செய்யக் கற்றுக் கொள்ள வேண்டும் இயற்கைக்கும் மனிதனுக்குமுள்ள உயிர்த் தொடர்பை உணர்ந்து இயற்கையோடு இணைந்து இசைபட வாழ வேண்டுமானால், கலையைப் பற்றிய ஒரு நோக்கும் அது நம்

அன்றாட வாழ்வில் எப்படிப் பரவிட வேண்டும் என்பதில் ஆர்வமும் வசியமும் தேவை இந்த நூலைப் படிப்பவர்களுக்கு இத்தகைய ஆர்வம் உண்டாகும் என்பது நிச்சயம்.

தாவு மதத் தத்துவமும் கன்ஃபூசியசின் கொள்கைகளும் ஜென் புத்த மதக் கோட்பாடுகளும் இந்நூலில் லேசாக அறிமுகப் படுத்தப்படுகின்றன. இத்தகைய தத்துவப் பின்னணியில்லாமல் கீழை நாட்டுக் கலைகளை ரசிக்க முடியாது. மொழி பெயர்ப்பாளரோடு கலந்துரையாடியதில் எனக்கு ஓர் உண்மை புலப்பட்டது. சீனக் கலை வாழ்வைப் புரிந்துகொள்ள லாரன்ஸ் பின்யனின் Flight of the Dragon என்ற நூலையும், இந்திய ஓவியக் கலையைப் புரிந்து கொள்ள ஆனந்த குமாரசாமியின் The Dance of Shiva என்ற நூலையும் போல, ஜப்பானியக் கலையைப் புரிந்து கொள்ள The Book of Tea அவசியம் படிக்க வேண்டிய நூல் என்று உணர்கிறேன். மேனாட்டுக் கலைகளை விட சீன ஜப்பானியக் கலைகள் நமக்கு நெருக்கமான உறவின்முறையைச் சேர்ந்தவை என்பதை இந்த நூலைப் படிக்கும்போது உணர முடிகிறது. சீனாவிலும் ஜப்பானிலும் பிரபலமாக விளங்கும் ஜென் புத்த மதத்தின் தியான மார்க்கத்திற்கு 'வித்தூன்றியவர் காஞ்சிபுரத்திலிருந்து சென்ற பௌத்த குரு போதி தர்மர் என்பதை அறியும்போது இதில் ஆச்சரியப்படுவதற்கு ஒன்றுமில்லை.

நமது வரலாற்றும் பண்பாட்டுப் பின்னணியை அஸ்திவாரமாகக் கொண்டு, கலை இலக்கியத் துறையில் ஒரு மறுமலர்ச்சி இன்றைய தேவையாகும். இந்நூலைப் படிப்போருக்கு இத்துறையில் ஓர் ஆர்வம் ஏற்படும் என்று நம்புகிறேன். 'சென்றிடுவீர் எட்டுத்திக்கும் கலைச் செல்வங்கள் யாவும் கொணர்ந்திங்கு சேர்ப்பீர்' என்ற பாரதியின் கட்டளைக்கு இந்தால் ஒரு காணிக் கையாகும். மொழிபெயர்ப்பாளரின் தொண்டு தொடரவும் அவருடைய கலையார்வம் இந்நூலைப் படிப்போரையும் தொற்றிக் கொள்ளவும் என் பணிவான வாழ்த்துகள்.

மதுரை–3 க.மு. நடராஜன்

15.2.89

மொழிபெயர்ப்பாளரின் முன்னுரை

*சா*ந்தி நிகேதனத்தில் நான் ஓவியக் கலை மாணவனாக கலைக்கல்லூரி கலாபவனத்தில் பயின்றபோதும், ஆசிரியனாக பணியாற்றிய போதும் என் குரு ஓவியப் பேராசான் நந்தலால் போஸ் அவர்கள் இந்த நூலில் உள்ள கலை ரசனைத் தத்துவத்தை மாணவர்க்கு விளக்கிச் சொல்வதை அடிக்கடி கேட்டிருக்கிறேன். நானே இந்த நூலைப் படித்து ஜப்பானியரின் கலை ரசனைக் கருத்துகளை அறிந்து மகிழ்ந்திருக்கிறேன். தமிழ்நாட்டு ஓவியர்களும் மக்களும் இம்மாதிரியான சிந்தனைகளில் பங்குகொண்டு பயனடைய வேண்டும் என்ற நோக்கத்துடன் இந்த நூலைத் தமிழில் மொழிபெயர்த்து வெளியிடுகிறேன். ஆங்கிலத்தில் "The Book of Tea" என்னும் இந்த நூல், அறிஞர் காக்குஜோ ஒக்ககூரா அவர்களால் எழுதப்பட்டு 1906ஆம் ஆண்டு நியூயார்க்கில் வெளியிடப்பட்டது.

இந்தியாவில் ஆங்கில ஆட்சி நிலைபெற்ற காலத்திலிருந்து நாம் நம் கலாச்சாரங்களில் நம்பிக்கையிழந்து, புதுமையின் மோகத்தில் மேற்கு நாடுகளிலிருந்து வரும் கருத்துகளையே பெரிதாக மதித்துச் செயல்பட்டோம். இன்றும் நிலைமை அதிகம் மாறவில்லை. விடுதலைப் போராட்டக் காலத்தில் விடுதலைக்காக இயக்கம் மும்முரமாக நடந்து கொண்டிருந்தபோது சில மகான்கள் இந்தியக் கலாச்சாரத்தையும் பண்பாட்டையும் முற்றிலும் அழிந்து போகாமல் காப்பாற்றும் நோக்கத்தோடு கலை மறுமலர்ச்சி இயக்கம் நடத்தினர். கல்கத்தாவில் ஓவியக் கல்லூரியின் முதல்வராக இருந்த (E.B Havel) ஹேவல் என்னும்

ஆங்கிலேயப் பெரியாரின் ஒத்துழைப்புடன் கவியரசர் ரவீந்திரநாத் தாகூரின் உறவினர் அவனீந் திரநாத் தாகூரின் தலைமையில் இந்த இயக்கம் உருவானது. இந்த மறுமலர்ச்சி இயக்கத்திற்குப் பக்கபலமாக நிவேதிதா அம்மையார், ஸ்ரீ அரவிந்தர், தாகர், ஆனந்த குமாரசாமி. E.B. ஹேவல், 'மாடர்ன் ரெவியூ' ஆசிரியர் ராமானந்த சாட்டர்ஜி. ரூபம் ஆசிரியர் O.e. கங்குலி முதலிய பெரியவர்கள் தம் கட்டுரை. ஆராய்ச்சி நூல்கள் மூலமாக அரிய பணியாற்றினர். இந்த இயக்கத்து ஓவியக் கலைஞர்களோடு இந்த நூற்றாண்டின் ஆரம்பத்திலேயே ஜப்பானிய ஓவியர்களின் தொடர்பு ஏற்பட்டது. இந்த நூலின் ஆசிரியர் அறிஞர் ஒக்ககூரா சில ஜப்பானிய ஓவியக்கலைஞர்களை அழைத்துக் கொண்டு கல்கத்தா வந்தார். அங்கு தாகூரின் விருந்தினர்களாக உபசரிக்கப்பட்டனர். ஒக்ககூரா மட்டும் கல்கத்தாவை மையமாக வைத்து இந்தியா முழுவதும் ஓராண்டு காலம் நன்கு சுற்றிப் பார்த்தார். கல்கத்தாவில் நாட்டின் விடுதலைக்காகப் போராட்டத்தில் ஈடுபட்டிருந்தவங்க இளைஞர்களுக்கு மறைமுகமாக உற்சாகமும் உதவியும் ஆசியும் வழங்கினார். 'ஆசியா முழுவதும் ஒன்றே' (Asia is one) என்னும் சுலோகத்தை உருவாக்கி நூல்களும் எழுதினார்.

கவியரசர் தாகூர் ஜப்பான் விஜயம் செய்தபோது தம்முடன் ஓவியர் நந்தலால் போஸ் அவர்களையும் உடன் அழைத்துச் சென்றார். அச்சமயம் நந்தலால் அவர்கள் ஜப்பானில் புகழ்பெற்ற ஓவியர்களுடன் நெருங்கிப் பழகி கலையின் பல அடிப்படை விஷயங்களைத் தெரிந்து கொண்டார். ஜப்பானியரின் அரிய கலைப் பொக்கிஷங்களையும் நேரில் கண்டு மகிழ்ந்தார்.

நாடு விடுதலையடைந்த பின்னர் காந்தியடிகளின் மனிதப் பண்பாட்டிற்கு உயிர்நாடியான நேர்மை, தியாகம், சத்தியம், அகிம்சை போன்ற கொள்கைகள் கைவிடப்பட்டது போன்றே கலை மறுமலர்ச்சி இயக்கமும் மறக்கப்பட்டது. ஆனால் கலை வளர்ச்சிக்காக டில்லியில் அரசின் ஆதரவில் Lalit Kala Akademy, Sangeet Nataka Akademy போன்ற குழுக்கள் நிறுவப்பட்டு குவியல் முறையில் செயல்பட்டுக் கொண்டிருக்கின்றன. இந்தக் குழுக்களில் முக்கிய அங்கம் வகிக்கும் கலைஞர்கள், ஐரோப்பாவை

நோக்கிப் பழக்கப்பட்டவர்கள். கலை இயக்கத்திலும் அரசியல் புகுந்துவிட்டது. இந்த மாற்றங்களை யாராலும் தடுக்க முடியாது. மக்கள் விழிப்படைந்தால் மட்டும் போதும். கலைஞர்கள் சரியான பாதையில் செல்வதற்குத் தம் நாட்டுப் பண்டைய கலைப் பொக்கிஷங்களோடு உறவு கொள்வதுடன் கிழக்கு நாட்டு ஓவியங்களுடன் உறவை அதிகமாய் வளர்க்க வேண்டும். கலைப்பயிற்சிக்காக இந்தியக் கலைஞர்கள் ஆண்டு தோறும் மேற்கு நாடுகளுக்குச் செல்வதைப் போல் ஏன் ஜப்பான், சைனாவுக்குச் செல்வதில்லை? நம் நாட்டுக் கலைப் பரம்பரையோடு கிழக்கு நாட்டுக் கலைப் பண்பாடு நெருங்கிய உறவு கொண்டது என்பதை உணர வேண்டும்.

இந்த வழியில் இச்சிறிய நூல் உதவும் என்று நம்புகிறேன். முக்கியமாக ஓவியக் கலைஞர்கள் இந்த மாதிரி நூல்களைப் பயில்வதால் எண்ணங்கள் புதுமை பெற்றுத் தம் படைப்புகளிலும் புதுமையை நிகழ்த்துவார்கள். புதுமை என்ற பெயரில் கண்மூடித்தனமாய் காப்பியடிக்காமல் எல்லா நாட்டு கலைப்பண்பாடு, முறைகளை அறிந்தும் தம் சொந்த நாட்டுச் சிறப்புகளைக் கைவிடாமல் முன்னேற வேண்டும்.

சாந்திநிகேதனத்தில் ஆசிரிய வேலையிலிருந்து ஓய்வு பெற்று மதுரையில் வந்து தங்கினேன். ஓய்வு நேரத்தில் இந்த நூலை மொழிபெயர்த்தேன் என் நண்பர் சர்வோதய இயக்கத்தில் மிக்க ஈடுபாடுடையவர். மேற்கு நாட்டு பிரபல பொருட்காட்சிகளுக்குச் சென்று மேற்கத்திய பிரசித்தி பெற்ற ஓவியங்களை நேரில் பார்த்து வந்தவர், கலை ஆர்வமுள்ளவர் திரு. K.M. நடராஜன் அவர்கள். அவரிடம் இந்த மொழிபெயர்ப்பைக் காட்டினேன். அவர் படித்துவிட்டு இதை நிச்சயமாக அச்சிட்டு வெளியிட வேண்டும் என்று உற்சாகப்படுத்தினார். அதன் விளைவே இந்த நூல், அவருக்கு என் மனமார்ந்த நன்றியைத் தெரிவித்துக் கொள்கிறேன்.

என் மொழிபெயர்ப்பை மேலும் ஒரு கையெழுத்துப் பிரதி எழுதிக்கொடுத்த என் தம்பி மகள், ஆசிரியை திருமதி வசந்தகுமாரி M.A.M.Ed க்கும் என் நன்றியைத் தெரிவித்துக் கொள்கிறேன்.

அ. பெருமாள்

பொருளடக்கம்

1.	மனித வர்க்கத்தின் கோப்பை	*15*
2.	தேநீர் மரபின் பிரிவுகள்	*27*
3.	'தாவு' சமயமும் 'ஜென்' சமயமும்	*39*
4.	தேநீர் பருகும் அறை	*52*
5.	கலையை ரசித்தல்	*67*
6.	மலர்கள்	*77*
7.	தேநீர்க் கலை நிபுணர்கள்	*92*
8.	ஒக்ககூரா காக்குஜோ	*98*

ஒக்ககூரா காக்குஜோ ○ 13

மனித வர்க்கத்தின் கோப்பை

தேயிலை முதலில் ஒரு மருந்தாக ஆரம்பித்து, பின்னர் அது சிறந்த பானமாக வளர்ந்தது. சைனாவில் எட்டாம் நூற்றாண்டில் மக்களின் மரியாதைக்குரிய கேளிக்கைகளில் ஒன்றாக, அதுவும் கவிதை உலகில் துழைந்தது. 15.ஆம் நூற்றாண்டில் ஜப்பான் அதனைக் கலைத் தத்துவத்தை அடிப்படையாகக் கொண்ட ஒரு தனிக் கொள்கையாக மேம்படுத்தியது. தேநீர்ப் பழக்கம் நம் சாரமற்ற தினசரி வாழ்வில் அழகைப் போற்றும் கொள்கையை அடிப்படையாகக் கொண்டது. அது தூய்மையையும், ஒழுங்கையும் ஒருவருக்கொருவர் காட்டும் தாராள மனப்பான்மையும் சமூகக் கோட்பாட்டின் வீர தீரங்களின் சிறப்பையும் போற்றி வளர்க்கிறது. முக்கியமாக அதை அசாத்தியத்தின் வழிபாடு எனச் சொல்லலாம். ஏனென்றால் இயலாதது என்று நாம் அறிந்த ஒன்றை இவ்வாழ்க்கையில் இயலும் என செயலாக்கி வெற்றி பெறும் மெல்லிய முயற்சியே அதுவாகும்.

தேநீர்த் தத்துவம் நாம் சாதரணமாகக் கருதும் முறையில் வெறும் அழகுக் கலையின் தத்துவம் அன்று. ஏனெனில் அது ஒருங்கே நீதியையும் மதத்தையும் மனிதனையும் இயற்கையையும் பற்றிய நம் முழுக் கருத்தை வெளியிடும் ஒரு தத்துவம் ஆகும். அது சுத்தத்தை வற்புறுத்துவதால் சுகாதாரமுமாகும். விலையுயர்ந்த ஆடம்பரச் சிக்கல்களைவிட எளிமையே சுகத்தையும் சௌகரியத்தையும் கொடுக்கும் என்று வழிகாட்டுவதால் பொருளாதாரமும் ஆகும். அது

பிரபஞ்சத்தில் தம் ஸ்தானத்தை உணர்த்தித் தெளிவு படுத்துவதால் ஒரு நீதிநெறிச் சக்கரமாகவும் உதவுகிறது. தேநீர்த் தத்துவத்தைக் கடைப்பிடிக்கும் எல்லோரையுமே ருசி விஷயத்தில் மேலோர்களாக்குவதால் அது கிழக்கு நாடுகளின் உண்மையான ஜனநாயக உணர்வைப் பிரதிபலிப்பதுவும் ஆகும்.

ஜப்பான் வெகுகாலமாக மற்ற நாடுகளோடு உறவற்றுத் தனித்து நின்றதால் தன்னைத்தானே உள்நோக்கிப் பார்க்கும் வாய்ப்பின் காரணமாகத் தேநீர்த் தத்துவம் நன்கு வளர்வதற்கு மிகவும் சாதகமாயிருந்தது. எங்கள் வீடுகளும் பழக்க வழக்கங்களும், உடையும், உணவும் போர்சிலின் பாண்டங்களும் அரக்கு வேலையும் ஓவியங்களும் எங்கள் இலக்கியம்கூட, யாவும் தேநீர்த் தத்துவத்தில் ஊறி வளர்ந்தவைகளே. ஜப்பானியப் பண்பாட்டைப் பற்றிபயிலும் யாரும் இதைத் தவிர்க்க முடியாதவாறு நிறைந்துள்ளது. சீமான்களின் நவநாகரிக அறைகளின் நேர்த்தியிலும் காணலாம். எங்கள் குடியானவர்களும் மலர்க்கொத்தைக் கொண்டு அறையை அலங்கரிக்கக் கற்றிருக்கிறார்கள். கீழ்ப்படியிலுள்ள கூலியும் அருவிகளையும் பாறைகளையும் கண்டு மரியாதை செலுத்தக் கற்றிருக்கிறான்.

நாங்கள் சாதாரணமாகப் பேசும்போது கூட ஒருவன் தன் வாழ்க்கை நாடகத்தின் காரியங்களையும், வேடிக்கையையும் கண்டு சிரிக்கப் பழகாதவனாயிருந்தால், அவனைத் "தன்னுள் தேநீர் இல்லாதவன்" என்று கூறுகிறோம். மேலும் ஒருவன் வாழ்க்கையின் துன்ப இயலை அறியாதவனே போன்று பெருமிதக் கட்டவிழ்ந்த உள்ளக் கிளர்ச்சிகளால் துள்ளிக் குதிக்கும்போது அவனைத் தனக்குள் அளவுக்கு மிஞ்சிய தேநீர் உள்ளவன் என்று குறையும் கூறுகிறோம்.

ஒன்றுமில்லாததைக் கொண்டு நாங்கள் ஏன் இவ்வளவு மிகைப்படுத்திப் பிரமாதப் படுத்துகிறோம் என்று அயல்நாட்டினர் ஆச்சரியப்படலாம். 'தேநீர்க் கோப்பையில் என்ன பெரும் புயல்' என்று சொல்லலாம். ஆனால் மனித இன்பங்களின் கோப்பை எவ்வளவு சிறியது? எவ்வளவு சீக்கிரம் கண்ணீரால் நிறைந்து பொங்குகிறது!

எல்லையற்றதைப் பருக விரும்பும் தணிக்க முடியாத தாகநீர் எவ்வளவு சுலபமாய்க் கடைசிச் சொட்டு வரைக் கவிழ்க்கப்படுகிறது என்னும் உண்மையை நினைக்கும்போது தேநீர்க் கோப்பையை அவ்வளவு பிரமாதப்படுத்துவதற்காக எங்களைக் குறை கூறமாட்டோம். எவ்வளவோ கீழ்த்தரமான செயல்களை மனிதவர்க்கம் செய்திருக்கிறது. கிரேக்க மதுக் கடவுள் வழிபாட்டில் எவ்வளவு தாராளமாகப் பலி கொடுத்திருக்கிறோம். செவ்வாய்க் கிரக தேவனின் சிவப்பையும் களங்கப் படுத்திவிட்டோம். கெமிலியா ராணிக்கு எங்களை அர்ப்பணிப்பதால் என்ன தப்பு? முகம் மலர்ந்த அவள் பீடத்திலிருந்து ஊறிப் பொங்கும் உஷ்ண ஊற்றில் களியாடுவதால் என்ன மோசம் போய்விட்டது? தந்த நிறத்து போர்சிலின் (பீங்கான்) கோப்பையில் ஊற்றப்பட்ட பச்சைப் படிகம் போன்ற திரவத்தில், கன்பூசியஸ் ரிஷியின் அடக்கத்தின் இனிமையையும், லாவுத்சே முனியின் தத்துவக் கூர்மையையும் மேலும் சாக்கிய முனியின் தெய்வீக நறுமணத்தையும், தீட்சை பெற்றவர்கள் அனுபவிக்கக் கூடுமானால் வேறென்ன வேண்டும்!

தமக்குள் பெரியவற்றின் சிறுமையை உணரச் சக்தியற்றவர்கள் பிறருக்குள் காணப்படும் சிறியவற்றின் பெருமையையும் காணத் தவறலாம். சாதாரண மேலை நாட்டினர் தம் நாசூக்கான உதாசீனத்தால் தேநீர்ச் சடங்கை கீழை நாட்டவரிடம் காணப்படும் விசித்திரமும், சிறுபிள்ளைத்தனமுமான ஆயிரம் மூடப்பழக்கங்களில் ஒன்றென நினைக்கக்கூடும். ஜப்பான் அமைதியை வளர்க்கும் நற்கலைகளில் ஈடுபட்டு இருந்தவரை, மேலைநாட்டினர் ஜப்பானியரைக் காட்டுமிராண்டிகள் என்றே கருதியிருக்கலாம். அதே ஜப்பான் மஞ்சூரியப் போர் முனையில் கணக்கற்ற கொடுங்கொலையில் இறங்கியதும் ஜப்பானியரை நாகரிகமடைந்தவர்கள் என்று மேல் நாட்டினர் மதிக்கலாயினர்.

சமீப காலமாக ஜப்பானிய க்ஷத்திரிய தர்மத்தின் சமுராய் நியமத்தைப் பற்றிப் பெருமளவில் விமரிசனம் வந்துள்ளது. மரணத்தைத் துச்சமாக நினைத்துத் தம் உயிரைத் தியாகம்

செய்து பெருமைப்படும் ஜப்பானியப் போர்வீரர்களின் மரணக்கலையின் விமரிசனம் காண்கிறோம். ஆனால் எங்கள் 'வாழ்க்கைக் கலையை வெகுவாக விளக்கும் தேநீர்த் தத்துவத்தைப் பற்றி ஒரு வார்த்தைகூட இல்லை. நாங்கள் நாகரிகமானவர்கள் என்பதற்குப் பயங்கரப் போரின் பெருமை அளவு கோல் ஆக வேண்டுமானால் நாங்கள் காட்டுமிராண்டிகளாகவே இருக்க விரும்புவோமாக! எங்கள் கலைகளும் கொள்கைகளும் தக்கவாறு மதிக்கப்படும் காலம் வரை காத்திருப்போமாக!

மேற்கத்தியர் எப்போது கிழக்கத்தியரைப் புரிந்து கொள்வார்கள்? புரிந்துகொள்ள முயற்சி எடுப்பார்கள்? அவர்கள் எங்களைப் பற்றிப் புனைந்திருக்கும் கட்டுக்கதைகளும், கற்பனைகளும் எங்களை ஸ்தம்பிக்க வைக்கிறது. நாங்கள் சுண்டெலிகளையும் கரப்பான்களையும் தின்பவர்களாகக் கருதப்படாவிட்டாலும் தாமரையின் நறுமணத்திலேயே உயிர் வாழ்வதாக எங்களைச் சித்தரிக்கின்றனர். அது ஆற்றலற்ற வெறியை அல்லது கீழ்த்தரமான விஷயங்களில் இன்பங்காணும் மனப்பான்மையைக் காட்டுகிறது. இந்தியாவின் ஆன்மிகம் அறியாமையாம். சீனர்களின் நிதானமும், தன்னடக்கமும் புத்தியீனம் அல்லது முட்டாள்தனமாம். ஜப்பானியரின் நாட்டுப்பற்று. விதியில் நம்பிக்கை கொண்டுள்ளமையின் பலனாம். எங்கள் நரம்பின் அமைப்பு சுரணையற்றதால் நாங்கள் காயங்களுக்கும், வலிக்கும் உணர்ச்சி குறைவாக நடந்து கொள்கிறோம் என்று சொல்லப்படுகிறது.

எங்களை இகழ்ந்து பேசுவதால் உங்களுக்கு இன்பந் தானே! ஆசியாவும் அப்புகழ்ச்சியையே உங்களுக்குத் திருப்பிக் கொடுக்கிறது. நாங்கள் உங்களைப் பற்றிக் கற்பனை செய்து எழுதியிருப்பன எல்லாவற்றையுமே நீங்கள் அறிவீர்களானால் உங்கள் கேலிக் கூத்திற்கு அது மேலும் உணவாகும் தூரத்தின் எல்லா மயக்கமும் அதில் காணலாம். தன்னுணர்வு இல்லாமலேயே ஆச்சரியத்தினால் தோன்றும் எல்லாப் புகழுரையும் காணவாம்.

புதியதையும், தெளிவில்லாததையும் காணும்போதும் ஏற்படும் எல்லாவிதமான வெறுப்பையும் காணலாம். அது

மட்டுமல்ல. பொறாமைப் படக்கூடிய அளவு உங்கள் சீரிய பண்புகளைப் பற்றி ஆகாயம் எட்டும் அளவிற்குப் பாராட்டி யிருப்பதும், பழித்துரைக்கவியலாத ஓவியம் போல் உங்கள் குற்றங்களைப் பற்றி வர்ணித்திருப்பதும் நீங்கள் கண்டு களிக்கலாம்.

எங்கள் பண்டைய எழுத்தாளர்கள் விஷயமறிந்த அறிஞர்கள். நீங்கள் உங்கள் மயிர் அடர்ந்த வாலை உங்கள் ஆடைகளுக்குள் மறைத்து வைத்திருப்பதாகவும் நீங்கள் அவ்வப்போது புதிதாய்ப் பிறந்த குழந்தைகளின் மாமிசப் பொரியலை உண்பதாகவும் வர்ணித்திருக்கிறார்கள். அது மட்டுமல்லாமல் உங்களைப் பற்றி நாங்கள் தெரிந்து வைத்திருப்பது இன்னும் மோசமானதாகும். உலகம் முழுவதிலும் எந்த வழிக்கும் கொண்டுவர இயலாத மக்கள் நீங்கள் என்று நாங்கள் நினைத்ததுண்டு. ஏனென்றால் நீங்கள் எப்போதும் கடைப்பிடிக்காததையே மற்றவர்களுக்கு உபதேசம் செய்கிறீர்களாம்.

இவ்விதமான தப்பபிப்பிராயங்கள் எங்களிடையே வெகு வேகமாய் மறைந்து கொண்டிருக்கின்றன. கிழக்கத்தியத் துறைமுகங்கள் யாவற்றிலும் ஐரோப்பிய மொழிகள் நுழைந்துவிட்டன. ஆசிய இளைஞர்கள் நவீனக் கல்வியைப் பெற மேற்கத்தியக் கல்லூரிகளில் கூட்டமாய்ச் சேருகின்றனர். உங்கள் பண்பாட்டை ஆழமாய் அறிந்துகொள்ளுமளவு எங்களுக்கு உள்ளுணர்வு இல்லாவிட்டாலும் குறைந்த பட்சம் நாங்கள் கற்றுக்கொள்ளவாவது விரும்புகிறோம். எங்கள் நாட்டு மக்களில் சிலர் உங்கள் பழக்க வழக்கங்களையும், ஆசாரங்களையும் மிதமிஞ்சித் தழுவியிருக்கின்றனர். விறைத்த காலரும் உயர்ந்த பட்டுத் தொப்பியும் அணிவதனால் மட்டுமே உங்கள் நாகரிகத்தைப் பெற்றுவிடலாமென்று கருதுகின்றனர். அத்தகைய மணப்பான்மை வருந்தத்தக்கதும், பழிக்கத்தக்கதுமாகும்; என்றாலும் அவை மண்டி போட்டுக் கொண்டு உங்களை அணுகும் எங்கள் விருப்பத்தையே துலக்குகிறது.

துரதிருஷ்டவசமாக மேலை நாட்டினரின் மனப் பான்மை கீழை நாட்டினரைப் புரிந்துகொள்ளச் சாதகமாயில்லை.

இங்கு வரும் கிறிஸ்தவ மிஷனரிகள் தங்கள் கருத்துகளைத் திணிக்க மட்டும் விரும்புகிறார்கள். மற்றவரிடமிருந்து பெறுவதற்கு விரும்புவதில்லை. நீங்கள் எங்களைப் பற்றி அறிந்திருப்பது முற்றிலும், வந்து போகும் வெளிநாட்டு யாத்ரீகர்கள் சேகரித்த நம்பத்தகாத கட்டுக்கதைகளின் மூலம் மட்டுமின்றி, மலை போன்ற எங்கள் இலக்கியங்களின் சொற்ப மொழிபெயர்ப்புக்களைக் கொண்டே என்பது தெரிந்ததே. அபூர்வமாகத்தான் பெருந்தன்மை வாய்ந்த ஒரு லாப் காடியோ ஹென் அல்லது 'இந்திய வாழ்க்கையின் தறி' எழுதின நூலாசிரியர் போன்றவர்கள் எங்கள் சொந்த உணர்ச்சியின் ஒளியைக் கொண்டு கீழை நாடுகளைப் பற்றிய இருளைப் போக்குகிறார்கள்.

நான் ஒளிவு மறைவின்றிப் பேசுவது ஒரு வேளை நான் தேநீர்த் தத்துவத்தைச் சரியாகப் புரிந்து கொள்ள வில்லை என்பதைக் காட்டலாம். தேநீர்த் தத்துவத்தின் ஒரு முக்கிய அம்சம் அடக்கமும் மரியாதையுமாகையால் நான் சொல்ல வேண்டியதை மட்டும் சொல்ல வேண்டும். தவிர அதிகமாய் ஒன்றும் சொல்லக்கூடாது. ஆனால் அவ்வளவிற்கு நான் அடக்கமான தேநீர்வாதியல்ல. ஏற்கெனவே புதிய உலகத்திற்கும், பழைய உலகத்திற்கும் இடையே உள்ள தவறான அபிப்பிராயங்களால் வேண்டிய அளவு தீமை விளைந்திருக்கிறது. ஆகையால் அத்தப்பபிப்பிராயங்களை நன்கு புரிய வைத்து இருவர்க்குமிடையே நல்லுறவை உண்டாக்குவதில் என் பங்காகிய பணியை ஆற்றுவதில் நான் மன்னிப்புக் கேட்கத் தேவையில்லை.

இருபதாம் நூற்றாண்டின் ஆரம்பத்தில் ரஷ்யர்கன் ஜப்பானியரைப் பற்றிச் சற்று நன்கு புரிந்துகொள்ள முயன்றிருந்தால் பினனர் நீண்ட பயங்கர ரத்தக்களரிக்குக் காரணமான போரைத் தவிர்த்திருக்கலாம். கிழக்கத்திய நாடுகளின் பிரச்னைகளைப் புரிந்து கொள்வது அகௌரவம் என்று நினைப்பதால் மனித சமூகத்திற்கே பெருந்தீங்கு நேரக்கூடும். ஐரோப்பிய ஏகாதிபத்தியம் மஞ்சள் நிறத்தினரால் ஆபத்து என்னும் கூக்குரலை எழுப்பத் தயங்குவதில்லை. என்றாலும் ஆசிய நாட்டினரும் ஒரு நாள் வெள்ளையரால்

ஆபத்து என்னும் கொடிய உணர்ச்சியால் விழிப்படையலாம் என்னும் உண்மையை உணரத் தவறுகின்றனர். எங்களைப் பார்த்து 'மித மிஞ்சிய தேநீர் நிறைந்தவர்கள்" என்று நீங்கள் கேலி செய்யலாம். ஆனால் உங்கள் அமைப்பில் கொஞ் சம்கூட 'தேநீர்' இல்லாதவர்கள்' என்று உங்களைப் பற்றி நாங்கள் சந்தேகப்படக் கூடாதா?

ஒருவர்மீது ஒருவர் வசைமாரி பொழிவதை நிறுத்துவோமாக! பரஸ்பரம் பாதி உலகம் அதிகம் கிடைப்பதனால் புத்திசாலிகளாகாவிட்டாலும் உறவை தவிர்ப்பதினால் நாம் வருந்தத்தக்கவர்களாகிறோம். நாம் வெவ்வேறு பாதைகளில் வளர்ச்சியடைந்திருக்கிறோம். அதற்காக ஏன் நாம் ஒருவருக்கொருவர் நம்மிடம் உள்ளதைக் கொடுத்துப் பிறரிடம் இருப்பதை ஏற்று வாழக்கூடாது என்பதற்குக் காரணமே இல்லை. நீங்கள் அமைதியின்மையை விலையாகக் கொடுத்து விரிவடைந் திருக்கிறீர்கள். நாங்கள் ஒழுங்கை வளர்த்து எங்களைத் தாக்க வருகின்றவர்களைத் தடுத்து நிறுத்தச் சக்தியற்றவர்களா யிருக்கிறோம். நான் கிழக்கு நாடுகள் சில விஷயங்களில் மேற்கு நாடுகளைவிட மேம்பட்டவை என்கிறேன். இதனை நீங்கள் ஒப்புக்கொள்வீர்களா? நம்புவீர்களா?

ஆச்சர்யமாகவே தான் மனித சமூகம் தேநீர்க் கோப்பையில் ஒற்றுமையைக் கண்டிருக்கிறது. ஆசியச் சடங்குகளில் இது ஒன்று தான் சர்வ நாட்டின் நன்மதிப்பைப் பெற்றுள்ளது. வெள்ளையர்கள் எங்கள் சமயங்களையும் நீதிநெறிகளையும் ஏளனம் செய்திருக்கிறார்கள். ஆனால் இந்தப் பழுப்பு நிற பானத்தைத் தயக்கமின்றி வரவேற்று உள்ளார்கள். மேற்கு நாட்டுச் சமூகத்தில் பிற்பகலில் தேநீர் அருந்துவது ஒரு சிறந்த சடங்கு போலாகி விட்டது.

கோப்பைகள், தட்டுகள் இவற்றின் மெல்லிய ஓசையிலும் விருந்து உபசரிக்கும் பெண்களது உடையின் மிருதுவான சலசலப்பிலும், சீனி, பாலாடைகளைப் பற்றிய பொதுவான கேள்வி பதில்களிலும் தேநீரின் வழிபாடு சந்தேகத்திற்கிடமில்லாமல் வேரூன்றி விட்டதென்பதை நாம் அறிவோம். சந்தேகத்திற்குரிய திரவபானம் என்னதான்

பார்ப்போம் என்று தாத்துவீக உதாசீனமாய் எதிர்பார்த்துக் கொண்டிருக்கும் விருந்தினரின் உள்ளத்தை இந்த விஷயத்தில் கிழக்கு நாட்டு தேவதை முழு ஆட்சி புரிகின்றது என்பதை அப்பட்டமாய் அறிகிறோம்.

தேநீரைப் பற்றி மிகப் பழமையான குறிப்புகள் ஐரோப்பிய நூல்களில் காணப்படுவது ஒரு அரேபிய யாத்ரீகளின் வாக்கு மூலமாகத் தான். அதாவது 879ஆம் ஆண்டிற்குட்ப்பின் கேண்டன் நகர வருமானத்தின் மூலதனம் உப்பு, தேயிலை இவற்றின் மீது விதிக்கப்படும் வரிகள்தான். மார்க்கோ போலோ தம் குறிப்பில் பின்வருமாறு கூறுகிறார். “1285ஆம் ஆண்டில் ஒரு சீன நிதிமந்திரி தாம் விரும்பியபடி தேயிலை வரியை உயர்த்திப் பணம் சேர்த்ததால் தம் பதவியை இழந்தாராம். மேலை நாட்டவரின் புதிய கண்டுபிடிப்புகளின் காலத்தில்தான் கிழக்கு நாடுகனைப் பற்றி ஐரோப்பியர்கள் அதிகமாக அறியத் தொடங்கினர் பதினாறாம் நூற்றாண்டின் இறுதியில்தான் ஹாலந்து நாட்டினர் கிழக்கில் ஒருவித புதர்ச்செடியின் இலைகளிலிருந்து சிறந்த பானம் ஒன்று தயாரிக்கிறார்கள் என்னும் செயதியைக் கொணர்ந்தனர். யாத்ரீகர்களான கியோ வன்னி பாட்டிஸ்டா ரோமூசியோ (1559) I. அல்மெய்டா (1576) மஃபெனோ (1588) தாரேரே (1610) என்பவர்களும் தேயிலை பற்றிக் குறிப்பிட்டிருக்கின்றனர். கடைசியாக 1610ஆம் ஆண்டு தான் தேயிலையை டச்சு கிழக்கிந்தியக் கம்பெனியின் கப்பல்கள் முதன்முதலில் ஐரோப்பாவுக்குக் கொண்டு வந்தன. 1636ஆம் ஆண்டு பிரான்சு நாட்டினர் தேயிலையைப் பற்றித் தெரிந்து கொள்ள லாயினர். 1638இல் தேயிலை ரஷ்யாவில் அறிமுகமானது. 1650இல் இங்கிலாந்து தேயிலைக்கு நல்வரவு கூறிற்று. மிகச் சிறந்த, எல்லா மருத்துவர்களாலும் அங்கீகரிக்கப் பட்ட சைனா பானம்' சீனர்களால் 'டச்சா' என்றும், பிற நாட்டினரால், தே அல்லது ‘டீ’ என்றும் வழங்கப்பட்டது.

உலகின் எல்லா நல்ல காரியங்களுக்கும் எப்படி எதிர்ப்புத் தோன்றுமோ அப்படியே தேயிலை பிரசாரத்துக்கும் எதிர்ப்புத் தோன்றுகிறது. ஹென்றி சாவில் (1678) போன்ற முரணான கோட்பாடுடையவர்கள் தேநீர்ப் பானத்தை ஓர்

ஆபாசப் பழக்கமென்று கண்டித்தனர். ஜோனாஸ் ஹான்வே (தேயிலை பற்றிய கட்டுரை 1756) தேநீர் அருந்துவதால் ஆண்கள் தம் உயரத்தையும் வனப்பையும், பெண்கள் தம் அழகையும் இழப்பதாகத் தோன்றுகிறது என்று கூறினார். ஆரம்பத்தில் ஒரு பவுண்டு தேயிலை சுமார். 15-16 ஷில்லிங்குக்கும் அதிகமாய் இருந்ததால் சாதாரண மக்கள் அதனைப் பருக இயலாதிருந்தனர். சீமான்கள் நடத்தும் விருந்துகளுக்கும், இளவரசர்கள், பிரபுக்கள் ஆகியோருக்குப் பரிசாகக் கொடுப்பதற்கும் மாத்திரம் உபயோகப்படும் தகுதியைப் பெற்றது. இவ்வளவு இடைஞ்சல்களுக்கிடையிலும் தேநீர் பருகுவது அற்புதமான வேகத்தில் பரவலாயிற்று. 18ஆம் நூற்றாண்டின் ஆரம்பத்தில் லண்டனிலிருந்த காப்பி கடைகள் உண்மையில் தேநீர் விடுதிகளாகவே விளங்கின. இங்குதான் நகைச்சுவைத் திறம் படைத்த அடிசனும் ஸ்டீலும் தங்கள் 'தேநீர்த் தட்டில்' மயங்கிக் கிடந்தனர். சீக்கிரமாகவே இந்தப் பானம் வாழ்க்கையின் அத்தியாவசியப் பொருளாக மாறி வரி விதிப்புக்கும் உட்பட்டு விட்டது. இச்சந்தர்ப்பத்தில் தேநீர் எவ்வாறு நவீன கால வரலாற்று முக்கியத்துவம் பெற்றுவிட்டதென்பதை நினைவூட்டப்படுகிறோம். அமெரிக்கக் குடியேற்ற நாட்டு மக்கள் தேயிலைக்குப் போட்ட வரிப் பளுவின் காரணமாக அதுவரை சகித்துக் கொண்டிருந்த கொடுமைக்கு ஒரு முடிவைக் கண்டார்கள். அது அமெரிக்கச் சுதந்திரப் போரின்போது போஸ்டன் துறைமுகத்தில் தேயிலைப் பெட்டிகளை சமுத்திரத்தில் எறிந்த நாளிலிருந்துதான் ஆரம்பமானது.

தேநீரின் சுவையில் ஒரு நுட்பமான கவர்ச்சி இருக்கிது. அதனால்தான் அதைப் பருகுவதைக் கட்டுப்படுத்த முடியாமல் போகிறது; அதுவே இலட்சியமெனக் கருதப்படும் தகுதியைப் பெறுகிறது. மேற்கு நாட்டு நகைச்சுவை எழுத்தாளர்கள் தங்கள் எண்ணங்களைத் தேநீரின் நறுமணத்தோடு கலக்கத் தயங்கவில்லை. மதுவுக்கு உள்ள திமிர் அதற்கு இல்லை காப்பிக்கு உள்ள அகந்தையில்லை. கொக்கோவுக்குள்ள ஒன்று மறியாத போலியான பாவனையுமில்லை, ஆகவே 1711ஆம் ஆண்டில் ஸ்பெக்டேடர் பத்திரிகை, 'நான் ஒரு குறிப்பான விதத்தில் என் சிந்தனைகள் மூலம் காலையில் ஒரு மணி

நேரம் தேநீர் ரொட்டி, வெண்ணெய்க்கு என்று தவறாமல் ஒதுக்கும் கட்டுப்பாடான எல்லாக் குடும்பங்களுக்கும் துணைப் பொருள் சாதனங்களுடன் ஓர் அங்கமாக இப்பத்திரிகையையும் வழங்குமாறு அவர்களது நன்மைக்காக மனமார உபதேசித்திருக்கிறேன்" என்று எழுதியுள்ளது. சாமுவேல் ஜான்ஸன் தன்னைச் சித்தரிக்கிறார். "இருபது ஆண்டுகளாக என் உணர்வோடு இந்தத் தேயிலைச் செடியின் கவர்ச்சிகரமான சாரத்தைக் கலக்குகிறேன்; மாலை நேரத்தை தேநீர் அருந்துவதில் இனிமையாகக் கழிக்கிறேன்; நடுராத்திரிக்கு தேநீரால் ஆறுதல் அளிக்கிறேன்; இளங்காலையைத் தேநீரால் வரவேற்கிறேன்; நான் ஒரு ஊறிப்போன வெட்கமற்ற வகையில் தேநீர் அருந்துபவன் என்று.

சார்லஸ் லேம்ப், 'தான் ஒரு தேநீரின் வெளிப்படையான பக்தன்' என்ற முறையில் தேயிலைத் தத்துவத்திற்கு ஓர் உண்மையான குறிப்பைக் கூறினார். தாம் கண்ட இன்பங்களில் எல்லாம் பெரியது. தாம் ஒரு நற்காரியத்தை மறைவாகச் செய்து அதனைத் தற்செயலாகக் கண்டுபிடித்துக் கொள்வது. தேநீர்த் தத்துவம், அழகைத் தானே கண்டுபிடிப்பதற்காக மறைந்து வைக்கும் கலையாகும். தானே வெளிப்படுத்தத் துணியாததைக் குறிப்பால் உணர்த்துவதும் ஆகும். தன்னைத் தானே பார்த்துச் சிரித்துக் கொள்ளும் கௌரவமான ரகசியமுமாகும். அமைதியாக முழுமையாகச் சிரிக்கும் தத்துவத்தின் புன்சிரிப்பு. இவ்வகையில் உண்மையான எல்லா நகைச்சுவை ரசிகர்களையும் தேநீர்த் தத்துவ ஞானிகளென்றே அழைக்கலாம். உதாரணமாக, தாக்கரே அவர்களும் ஷேக்ஸ்பியரும்கூட இந்த இனத்தைச் சேர்ந்தவர்களே உச்சநிலையிலிருந்து நலிவுற்ற காலத்து கவிஞர்களும் (உலகம் எப்போது நலிவுறாமல் இருந்தது?) லௌயேத்திற்கு எதிர்ப்பு தெரிவித்ததன் மூலம் ஓரளவு தேநீர்த் தத்துவத்திற்குப் பாதையைத் திறந்து விட்டவர்களாவார்கள். அதிலிருந்து ஒரு வேளை நம் குறைபாட்டை உணர்ந்து நமது அமைதியான அடக்கமான ஆழ்ந்த எண்ணங்களின் மூலம் மேற்கு நாடுகளும் கிழக்கு நாடுகளும் பரஸ்பரம் ஆறுதல் காண்பதில் சந்திக்க இயலும்.

தாவு மதத்தினர் கூறுகிறார்கள். அனாதிக்கும் ஆதி ஆரம்பத்தில் ஆத்மாவும் சடப்பொருளும் சாவுச் சண்டையில் கை கலந்தன. இறுதியில் மஞ்சள் நிற மன்னர் சொர்க்கத்துச் சூரியன் இருளுக்கும் பூமிக்கும் அதிபதியான ஷுயுங் அரக்கனைத் தோற்கடித்தார். அரக்கன் சாகும் வேதனையில் தன் தலையைக் கொண்டு சூரிய மண்டலத்தைக் கூரையில் மோதிக் கொண்டான். அதன் பலனாக அந்த நீல நிறத்து மாணிக்க விதானம் சுக்குசுக்காய் உடைந்து போயிற்று. சந்திரன் குறிக்கோள் இல்லாமல் இருளின் பள்ளங்களில் சுற்றிக் கொண்டிருந்தான். மஞ்சள் நிற மன்னர் நம்பிக்கை இழந்து சொர்க்கத்தைச் செப்பனிடுவதற்காக எல்லாத் திசைகளிலும் தொழிலாளியைத் தேடித்திரிந்தார். அவரது முயற்சி வீணாகவில்லை. கீழ்த்திசைக் கடலிலிருந்து ஒரு ராணி, தெய்வீக நியூக்கா உதித்தாள். அவன் தலையில் கொம்புக் கிரீடமும், வாலில் முள் சாட்டையும் கொண்டவளாய் நெருப்புக் கவசத்தில் மின்னிக் கொண்டிருந்தாள். அவள் தன் மந்திரக் கொப்பரையில் ஐந்து வர்ண வானவில்லை ஒட்டி முடித்து சீன விண்ணை திரும்பப் புதிதாக நிர்மாணித்தாள். ஆனால் நியூக்கா ராணி நீல வானத்தில் இருந்த இரு நுண்ணிய விடுவல்களைச் செப்பனிட மறந்து போனாள். அதன் காரணமாகத் தான் காதலின் துவைதம் தோன்றிற்று அன்று முதல் இரு ஆத்மாக்கள் விண்வெளியில் சதா உருண்டுகொண்டு திரிகின்றனர். அவர்கள் ஒன்றுசேர்ந்து பிரபஞ்சத்தைக் கட்டி முடிக்கும்வரை அவர்களுக்கு நிம்மதி கிடையாது; நாம் ஒவ்வொருவரும் நம் நம் நம்பிக்கை, அமைதி ஆகிய விண்ணைப் புதுப்பிக்க வேண்டும்.

நவீன மனித சமூகத்தின் சொர்க்கம் இன்று பணம், ஆதிக்கம் இவைகளுக்காகப் போராடும் ராட்சதப் போட்டிச் சண்டையில் சுக்குநூறாக உடைந்து போயிருப்பது மெய்யே. உலகம் அகம்பாவம் எனும் அற்பத்தனமான இருளில் தட்டுத் தடுமாறிக் கொண்டிருக்கிறது. கெட்ட மனசாட்சியுடன் அறிவு விலைக்கு வாங்கப்படுகிறது. தான தர்மம், ஈகை, இரக்கம் இவை குறுகிய காரிய சித்தியின் நிமித்தம் கையாளப்படுகிறது. கிழக்கு நாடுகளும், மேற்கு நாடுகளும் சுழற்கடலில் தூக்கி எறியப்பட்ட வாழ்வின் வைர அணிகலன்களைத் திரும்பப்

பெறுவதற்காக, இரண்டு ராட்சத பூதங்களைப் போல் வீணே முயன்று கொண்டிருக்கின்றன.

இப்பெருஞ்சேதத்தைத் திரும்பச் செப்பனிட நமக்கு இன்று ஒரு நியூக்கா தேவை. அப்படிப்பட்ட பெரிய அவதாரம் ஒன்றை நாம் எதிர்பார்க்கும் நிலையில் உள்ளோம். இதற்கிடையில் தேநீரைச் சற்றுப் பருகி ருசிப்போம். பிற்பகல் சூரியன் மூங்கில் வனத்தில் ஒளி வீசுகிறான். ஊற்றுகள் இன்பத்தால் பொங்கிக் கொண்டிருக்கின்றன தேவதாரு மரங்களின் காற்றோசை நம் கெட்டிலில் கேட்கிறது. நம் நிலையற்ற, அநித்தியத்தைக் கனவுகண்டு அழகிய முட்டாள் தனமான விஷயங்களில் சற்று காலம் கடத்துவோமாக!

தேநீர் மரபின் பிரிவுகள்

தேநீர் ஒரு கலை. தேநீரின் மிகச் சிறந்த பண்புகளை வெளியாக்குவது இந்தக் கலையில் நிபுணத்துவம் பெற்ற தயாரிப்பாளரால்தான் இயலும், உயர்ந்த, சிறந்த தேநீரும் உண்டு, கெட்ட–மட்ட ரகமான தேநீரும் உண்டு. சிறந்த ஓவியங்களும் கீழ்த்தரமான ஓவியங்களும் இருப்பது போல (சாதாரணமாக பிற்கூறப்பட்டவைதான் அதிகம்.) ஒரு டிட்டியனையோ (Titian) செஸ்ஸோனையோ (Sesson) உருவாக்குவதற்கு சட்டங்கள், வழி முறைகள் இல்லாததே போல் சிறந்த தேநீர் தயாரிப்பதற்கும் ஒரு தனித்தமுறை இல்லை.

தேயிலையைத் தயாரிக்கும் ஒவ்வொரு முறைக்கும். தனித்தனி சிறப்பு உண்டு. அது, அதன் தண்ணீர், சூடு இவற்றோடு உள்ள தனித்த உறவை அனுசரிப்பதும், அதன் பூர்வீக பரம்பரை நினைவை நினைவூட்டும் கதையைச் சொல்லும் சொந்த முறையை அனுசரித்தும் அதன் சிறப்பு வேறுபடும். உண்மையான அழகு அதில் எப்போதும் இருக்கத்தான் வேண்டும்; கலைக்கும், வாழ்க்கைக்கும் அவசியமான எளிய அடிப்படை விதிகளை நம் சமூகம் விடாமல் மதிக்கத் தவறுவதன் காரணமாக நாம் எவ்வளவு தூரம் நஷ்டத்திற்கு ஆளாகிறோம். லிச்சிலாய் என்னும் சுங் காலத்து சீனக் கவிஞர் வருத்தத்துடன் மூன்று விஷயங்களைக் குறிப்பிடுகிறார். அவை; அருமையான இளைஞர்களைத் தவறான கல்வியினால் கெடுப்பது அருமையான ஓவியங்களைக் கீழ்த்தரமான பாராட்டினால்

தாழ்த்துவது; அருமையான தேயிலையைத் திறமையற்ற தயாரிப்பால் முற்றிலும் நஷ்டத்திற்குள்ளாக்குவது ஆகியவை ஆகும்.

ஓவியங்களைப் போன்று தேநீர் மரபுக்கும் காலங்களும், பிரிவுகளும் உண்டு. அதன் வளர்ச்சியை மூன்று முக்கிய படிகளாகப் பிரிக்கலாம். அவை வேக வைத்த தேநீர், சடடென்று அடித்துக் கலக்கின தேநீர், ஆழ்ந்து ஊற வைத்த தேநீர் என்பவையாகும். நவீன காலத்தவரான நாம் கடைசிப் பிரிவைச் சேர்ந்தவர்களே. இந்தப் பானத்தைப் பாராட்டுவதிலுள்ள பல முறைகளும், அந்தந்த முறைகளை அனுசரிக்கப்பட்ட காலத்தின் தன்மையைக் குறிப்பனவாகும். ஏனெனில் நம் அந்தரங்க எண்ணங்களை விடாமல் காட்டிக் கொடுக்கும் வெளியீடுகளும் நாம் உணராமலே செய்யும் செயல்களும் தான் வாழ்க்கை.

"மனிதன் தன்னை மறைப்பதில்லை" என்று கன்பூசியஸ் சொல்லியிருக்கிறார். மெய்தான். நாம் மறைப்பதற்கான பெரிய காரியம் ஒன்றும் இல்லாததால்' நம்மை அதிகமாக சின்னஞ்சிறு விஷயங்களில் காட்டிக் கொள்கிறோம். ஓர் இனத்தாரின் இலட்சியங்களை மதிப்பிடுவதில் அவர்களது உயர்ந்த தத்துவங்களும், கவிதைகளும் போன்றே அவர்களின் தினசரி வாழ்க்கையின் அற்ப நிகழ்ச்சிகளும்கூட உதவுகின்றன. ஐரோப்பாவில் எவ்வாறு வெவ்வேறு காலங்களில், வெவ்வேறு நாடுகளின் தனித்தனி மன சார்புகளை அவரவர்களின் பிரியமான ஒயின்கள் குறிப்பிடுகின்றனவோ அவ்வாறே கிழக்கு நாடுகளின் வெவ்வேறு மனச்சார்புகளையும், பண்புகளையும் தேநீர் இலட்சியங்கள் குறிப்பிடுகின்றன. வேக வைக்கப்படும் கட்டித் தேயிலையும், சட்டென்று அடித்துக் கலக்கப்படும் தேயிலையும், ஊற வைக்கப்படும் இலைத் தேயிலையும் சீன வரலாற்றில் வெவ்வேறு அரச பரம்பரையின் தனிச் சிறப்பு உணர்ச்சித் தூண்டுதல்களைக் குறிப்பிடுகின்றன எனலாம்.

ஓவியங்களைப் பிரித்துக் கூறுவதற்கு உதவுகின்ற; சில சமயங்களில் தவறாக உபயோகப்படும் மரபுச் சொற்களைத் தேநீர் இலட்சியங்களைப் பிரித்துக் கூறுவதற்கு உபயோகிக்க

விரும்பினால் அவற்றை முறையே பண்டைய புகழ் வாய்ந்த முதல் ரகம் (Classic) வீரதீரக்காதல் கற்பனைகளைத் தழுவின இரண்டாவது ரகம் (Romaritic) இயற்கையை (Naturalistic) அனுசரித்த மூன்றாவது ரகம் எனக் கூறலாம்.

தேயிலைச் செடி தெற்குச் சீனாவில்தான் முதலில் வளர்ந்தது. அதிக பழங்காலத்திலிருந்தே சீனத் தாவர இயல்பினருக்கும், மருத்துவர்களுக்கும் தெரிந்திருந்தது. பண்டைய இலக்கியங்களில் பல்வேறு பெயர்களால் டூ, டச்செ, சுங், க்கா, மிங் எனக் குறிப்பிடப்பட்டிருக்கிறது. களைப்பைப் போக்குதல், மனதை இன்பமயமாக்குதல், மனதிற்கு உறுதி ஊட்டுதல், கண் பார்வையைச் சரி செய்தல் இவ்வாறு பல நல்ல குணங்கள் தேயிலைக்கு உண்டென இலக்கியக் குறிப்புகள் கூறுகின்றன. உள்ளே பானமாகக் கொடுப்பதோடு மட்டுமல்லாமல் தேயிலையை அரைத்து வெளிப்பூச்சாகவும் வாத வலிகளைப் போக்குவதற்கு உபயோகித்திருக்கிறார்கள். தாவு சமயத்தார் அதனை அமரத்துவத்தைக் கொடுக்கும் அமிர்தத்தின் ஒரு முக்கிய கலவையாகவும் உரிமை கொண்டாடினார்கள். புத்த சமயத்தினர் நீண்ட பிரார்த்தனையின்போது உண்டாகும் அரைத் தூக்கத்தைத் தடுப்பதற்காக நிறைய தேநீரைப் பருகினர்.

நான்காம் ஐந்தாம் நூற்றாண்டுகளுக்குள் தேநீர் யாங்சிக்கியாங் பள்ளத்தாக்கில் வாழும் மக்களிடையே ஒரு சிறந்த பானமாக வளர்ந்துவிட்டது. அநேகமாய் இக்காலத்தில் தான் தற்போது உபயோகப்படும் 'உச்சா' என்னும் பதம் வழக்கத்திற்கு வந்தது. 'டூ' என்னும் பண்டைய பதத்தின் திரிபு எனலாம். தென்சீன அரசர் காலத்துக் கவிஞர்கள் இந்தப் பச்சை மணிக்கல் போன்ற திரவத்தின் கசாயத்தைப் போற்றிப் பாராட்டி எழுதிச் சென்றவற்றில் சில துணுக்குகள் நமக்குக் கிடைத்துள்ளன. அக்காலத்து மன்னர்கள் தங்கள் முதல் மந்திரிகளின் அரிய சேவையைப் பாராட்டி, அதற்கு வெகுமதியாக அபூர்வமான தேயிலை தயாரிப்புகளை வழங்கினர். அவ்வாறிருந்தும் தேநீர் அருந்துதல் அக்காலத்தில் கொஞ்சம் கூட வளர்ச்சி

அடையாத நிலையில் தானிருந்தது. இலைகளை நீராவியில் வேகவைத்து, உரலில் ஆட்டி, கட்டிகள் செய்து அரிசி, இஞ்சி, உப்பு, ஆரஞ்சுப் பழத்தோல், வாசனைத் திரவியங்கள், பால் இவற்றோடு வெங்காயமும் சேர்த்து, வேகவைத்து அருந்தும் வழக்கம் இருந்தது. இந்த வழக்கத்தை இன்றும் திபேத்து, மங்கோலிய பூர்வீகக் குடிகள் சிலரிடம் காணலாம். இவர்கள் இக் கலவைகளை உபயோகித்து அதிசயமான கசாயம் செய்கிறார்கள். ரஷ்யர்கள் தேநீருடன் எலுமிச்சம் பழத் துண்டைப் போட்டு அருந்துவது உண்டு, அது அவர்கள் சீன நாடோடி வியாபாரிகளிடமிருந்து தேநீர் அருந்தக் கற்றுக் கொண்டதையும், இன்றும் பண்டை முறை பழக்கத்திலிருப்பதையும் காட்டுகிறது.

''டாங்' காலத்து மேதைப் பண்பினால்தான் தேநீர் அருந்துவது பக்குவமற்ற பண்டைய நிலைமையிலிருந்து விடுபட்டு இறுதியில் சிறந்த குறிக்கோளை அடைந்தது. தேநீரின் முதல் சீரமைப்புத் தூதராக எட்டாம் நூற்றாண்டில் லூவூ தோன்றினார். அவர் பிறந்த காலம் புத்தசமயம், தாவுசமயம், கன்பூசியஸின் சமயம் ஆகிய இம் மூன்றும் தமக்குள் ஒற்றுமையைத் தேடிக் கொண்டிருந்த காலமாகும். "காண்பன யாவும் இறையுருவே" என்னும் அக்காலக் கோட்பாட்டின் சின்னமாக விஸ்வத்தை ஒரு குறிப்பிட்ட ஒன்றில் பிரதிபலிக்கச் செய்யுமாறு தூண்டிற்று.

கவிஞர் லூவூ தேநீர் சேவையில் எங்கும் எல்லா வற்றிலும் நிறைந்த ஒருங்கிணைந்த, ஒழுங்கைக் கண்டார். அவரது பிரசித்தி பெற்ற "சேக்கிங்" (தேயிலையின் தெய்வீக நூல்) என்னும் நூலில் தேநீரின் விதிமுறைகளை வகுத்தார். அப்போதிருந்து சீனத் தேயிலை வியாபாரிகள் லூவுவைத் தம் குலதெய்வமாக வழிபடுகின்றனர்.

"சேக்கிங்" என்னும் நூல் மூன்று பாகங்களும், பத்து அத்தியாயங்களும் கொண்டது. முதல் அத்தியாயத்தில் லூவூ தேயிலைச் செடியின் இயற்கையைப் பற்றிச் சொல்கிறார். இரண்டாவது அத்தியாயத்தில் தேயிலைகளைச் சேகரிப்பதற்கான கருவிகளைப் பற்றியும், மூன்றாவதில் தேயிலைகளைத் தேர்ந்தெடுப்பதைப் பற்றியும் விவரிக்கிறார்

மிகச்சிறந்த இலைகள், தார்தார். (Tar Tar) குதிரை வீரர்களின் காணிகளைப் போன்று மடிப்புகள் கொண்டதாகவும், பெரிய காளையின் தொங்கு தாடையைப் போன்று சுருண்டும், மலைப் பள்ளத்தாக்கிலிருந்து மேலே கிளம்பி வரும் மஞ்சு மூட்டத்தைப் போல் விரிந்தும், இளங்காற்றில் மின்னும் ஏரி நீரைப் போன்றும், புதிதாக மழை பெய்த நுண்ணிய மண்ணின் ஈரமும், மென்மையும் உள்ளதாகவும். இருக்கவேண்டும்.

நான்காவது அத்தியாயத்தில் தேநீர் தயாரிப்பில் உபயோகப்படும் இருபத்து நான்கு சாமக்கிரியைகளைப் பற்றிய கணக்கும் விபரமும் அடங்கியுள்ளது (முக்காலி அடுப்பிலிருந்து எல்லாப் பாத்திரங்களையும் வைப்பதற்கான மூங்கில் பெட்டி வரை). இதில் லூவின் தாவு தத்துவச் சின்னத்தின் மேல் ஒரு தலைச் சார்டைக் காண்கிறோம். மேலும் தேநீர்க் கலை சீன மட்பாண்டத் தொழிற்கலையைத் தன் செல்வாகிற்கு உட்படுத்துவதும் கவனிக்கத்தக்கது. நெய்வீ போர்சிலைன் எவ்வாறு ஆரம்பமானது என்பது பிரசித்தி பெற்ற விஷயம். டாங் காலத்தில் பச்சை மணிக் கல்லின் நிறத்தைத் தென் நீலநிற மெருகூட்டு பளிங்கியற் பொருளிலும், வடசீன வெள்ளை நிற மெருகூட்டும் பொருளிலும் கொணரும் முயற்சியின் பலன்தான் தெயவீகப் போர்சிலைனின் ஆரம்பம். லூவூ நீலநிறம்தான் தேநீர்க்கோப்பைக்கு இலட்சிய நிறமென்றார். ஏனெனில் அது பானத்திற்கு அதிகப் பச்சையைக் கொடுக்கிறது. வெள்ளையோ ஊதாநிறமாகக் காட்டுவதோடு அருவருப்பாகவும் இருக்கிறது. காரணம் அவர் கட்டித் தேயிலையை உபயோகித்தார். பிற்காலத்தில், சுங் காலத்து தேயிலை நிபுணர்கள் தூள் தேயிலையை உபயோகிக்க ஆரம்பித்ததிலிருந்து கனமான கருநீலக் கோப்பைகளையும் இருண்ட பழுப்புநிறக் கோப்பைகளையும் விரும்பினர். மிங் காலத்தவர் ஊறவைத்த தேநீரை மெல்லிய வெள்ளை போர்சிலைன் கோப்பையிலிருந்து அருந்துவதில் இன்புற்றனர்.

ஐந்தாம் அத்தியாயத்தில் லூவூ தேநீர் தயாரிக்கும் முறையை வர்ணிக்கிறார். உப்பைத் தவிர மற்றெல்லாக்

கலவைகளையும் தள்ளுபடி செய்கிறார். அதிகமாகத் தர்க்கிக்கப்பட்ட பிரச்னையாகிய எந்தத் தண்ணீர் உயர்ந்தது, எவ்வளவு நேரம் கொதிக்க வேண்டும் என்னும் விஷயங்களில் கவனம் செலுத்துகிறார். அவரது கருத்துப்படி மலையருவியின் நீர் தான் மிகச் சிறந்தது. ஆற்று நீரும், ஊற்று நீரும் அடுத்தபடியாகச் சிறந்தவை. கொதிக்க வைப்பதில் மூன்று கட்டங்கள் உள்ளன. மீன்களின் கண்களைப் போன்ற சிறுசிறு குமிழிகள் நீர் மட்டத்தில் மிதக்கும்போது முதல் கொதிப்பு, இரண்டாவது குமிழ்கள் ஊற்று நீரில் பளிங்குப் பாசிகள் உருள்வதைப் போன்று தோன்றுதல், மூன்றாவது கெட்டிலில் அடங்காத அலைகள் மேலும் மேலும் குதிப்பது. கட்டித் தேயிலை இளங்குழந்தையின் கை போன்று மென்மையாகும்வரை நெருப்பில் வறுத்து பின்னர் மெல்லிய காகிதத்தின் நடுவே போட்டுப் பொடிப்பொடியாக்க வேண்டும்.

முதல் கொதிப்பில் உப்பு சேர்க்க வேண்டும். இரண்டாவது கொதிப்பில் தேயிலையைச் சேர்க்க வேண்டும். மூன்றாவது கொதிப்பில் ஒரு மூங்கில் கரண்டி நீரை ஊற்றித் தேயிலையை அடியில் படிய வைத்து நீரின் இளமையைத் திரும்பக் கொணருதல்; பின் அந்தப் பானத்தைக் கோப்பைகளில் ஊற்றி அருந்துவது. ஆ! அமிர்தமே! மெல்லிய சிற்றிலைகள் களங்கமற்ற ஆகாயத்தில் மேகச் செதில்கள் போல் மிதப்பதும் அல்லது மரகதம் போன்ற நீரோடையில் அல்லி மலர்களைப் போன்று மிதப்பதும் கண்டார்கள்.

லோட்டுங் என்னும் டாங் கவிஞர் அத்தகைய தேநீர் பானத்தைப் பற்றியே எழுதி இருக்கிறார். முதல் கோப்பை என் உதடுகளையும் தொண்டையையும் நனைக்கிறது. இரண்டாவது கோப்பை என் தனிமையைத் தகர்க்கிறது. மூன்றாவது கோப்பை என் வயிற்றுக் குடல்களைப் பரீட்சிக்கிறது. அங்கே காண்பது என்ன? எழுத்துக் கதம்பங்களடங்கிய நூல்கள், நான்காவது கோப்பை சற்று வியர்வையைக் கிளப்புகிறது. வாழ்க்கையின் எல்லாத் தீமைகளும் மயிர்க்கால்கள் வழியாக வெளியேறி விடுகின்றன. ஐந்தாவது கோப்பையில் நான் புனிதமடைகிறேன். ஆறாவது

கோப்பை என்னைச் சிரஞ்சீவி சொர்க்கத்திற்கு அழைக்கிறது. ஏழாவது கோப்பை, ஆ! என்னால் அருந்த முடியவில்லை. என் சட்டைக் கை அலகுகளின் ஊடே மெல்லிய குளிர்ந்த காற்று வீசுவதை உணர்கிறேன். ஹொரேய்சான் எங்கே? இந்த இனிய காற்றில் சவாரி செய்து அங்குப் போய்ச் சேரவிழைகிறேன்.

சேக்சிங் நூலின் மீதியுள்ள அத்தியாயங்களின் தேநீர் தயாரிப்பின் சாதாரணக் குறைகளின் கீழ்த் தரங்களைப் பற்றியும், தேநீர் அருந்துவோர்களில் புகழ் பெற்றவர்களின் வரலாற்றுக் குறிப்புகளையும் சைனாவில் பிரசித்தி பெற்ற தேயிலைத் தோட்டங்களைப் பற்றியும் தேநீர்ச் சேவையில் மேலும் இயற்றக்கூடிய வெவ்வேறு விதங்களும் விபரங்களும் தேநீர்ப் பாத்திரங்களின் படங்களும் அடங்கியுள்ளன. துரதிருஷ்டவசமாகப் படங்கள் தொலைந்தும் போயின.

சேக்கிங் நூலின் வெளியீடு அக்காலத்தில் ஒரு பெரிய பரபரப்பை உண்டு பண்ணி இருக்க வேண்டும். லூவூவின் நட்பைச் சக்கரவர்த்தி தாய் சூங் நாடினார். லூவூவின் புகழ் பல சீடர்களைக் கவர்ந்தது. சில நிபுணர்களால் லூவூவினால் தயாரிக்கப்பட்ட தேயிலைக்கும் அவரது சீடர்கள் தயாரிக்கும் தேயிலைக்கும் வித்தியாசம் அண்டுபிடிக்க முடித்ததாம். ஒரு மண்டாரின் (சிற்றரசன்) பேராசிரியரான லூவூவின் தேயிலையைச் சற்றும் பாராட்ட இயலாததாலேயே தன் பெயரை நிலைநாட்டிவிட்டுப் போயிருக்கிறான்.

ஸூங் காலத்தில்தான் அடித்துக் கலக்கப்பட்ட தேநீர் முறை வழக்கத்திற்கு வந்தது. தேநீர் சமயத்தின் இரண்டாவது பிரிவு சிருஷ்டியாயிற்று. தேயிலையை ஒரு கல் உரலில் பொடி செய்து, வெந்நீரில் போட்டு, மூங்கிலை பிளந்து செய்த ஒரு வித மெல்லிய மத்தினால் அடித்துக் கலக்கப்பட்டது. இப்புதிய முறையினால் லூவூவின் தேநீர் தயாரிப்பு சாமக் கிரியைகளிலும், இலைகளைத் தேர்ந்தெடுப்பதிலும் சில மாற்றங்கள் உண்டாயின. உப்பு என்றைக்குமே தள்ளுபடியாகி விட்டது. ஸூங் மக்களின் தேநீர் உற்சாகம் எல்லையற்று வளர்ந்தது. புதுப்புது முறைகளைக் கண்டுபிடிப்பதில் நிபுணர்கள் போட்டியிட்டார்கள். எது சிறந்தது என்பதை

முடிவு செய்யப் போட்டிகளும் பந்தயங்களும் நடத்தப் பட்டன. கியாஸுங் சக்ரவர்த்தி (1101–1124) நல்லரசு நடத்தும் மன்னராயிருந்ததைவிடப் பெரிய கலைஞராயிருந்ததால் தேயிலையில் புதிய அபூர்வ ஜாதிகளைக் கண்டுபிடிப்பதில் தம் பொக்கிஷத்தை அள்ளிச் செலவிட்டார். தாமே இருபது வகை தேயிலைகளைப் பற்றி விளக்க ஆராய்ச்சி நூல் வெளியிட்டார் அவைகளில் வெள்ளைத் தேயிலையே அபூர்வமானதும், நுட்பமானதுமாகும் என்றார்.

ஸுங் காலத்து தேநீர் இலட்சியம் டாங் காலத்தவரின் வாழ்க்கையைப் பற்றிய சிந்தனைகள் மாறுபட்டிருப்பதைப் போலவே மாறுபாடு அடைந்தது. டாங் காலத்தவர் உருவத்தால் குறிக்க முயன்றதை ஸுங் காலத்தவர்கள் செய்கையில் காணவிரும்பினர். இந்தப் புதிய கன்பூசியர்களுக்குப் புலன்களால் உணரக்கூடிய தோற்ற உலகே பிரபஞ் சத்தின் விதியாகும்; தோற்ற உலகு பிரபஞ்ச விதியைப் பிரதிபலிக்கவில்லை. ஊழியின் கற்ப காலங்கள் சில நொடிகளே. நிர்வாணம் எப்போதும் கைப்பிடிக் குள்ளேயே தாவு சமயக் கொள்கையின் அமரத்துவம் இயற்கையின் முடிவிலா மாற்றங்களிலேயே அடங்கியுள்ளது என்னும் சித்தாந்தம் அவர்களது எல்லாவிதச் சிந்தனைகளிலும் பரவி நின்றது.

முடிவடைந்த செயல் பெரிதன்று – செயல்முறையே பெரிது என்பதே ஆர்வத்தைக் கவர்ந்தது. முடிவடை வதைவிட முடிவாக்கும் செயலே முக்கியம். இவ்வாறு மனிதன் இயற்கையின் நேருக்கு நேர் நின்றான். வாழ்க்கைக் கலையைப் பற்றிப் புதிய அர்த்தம் வளர்ந்தது. தேநீர், கவிஞர்களின் பொழுது போக்கு விஷயமாக அல்லாமல் சுயஞானம், சுயசித்தி அடைவதற்கு ஒரு முறையும் ஆகும்.

வாங்யூங் செங் தேநீரைப் பற்றி தம் உள்ளத்தில் நேராகப் பாய்ந்து வெள்ளமாகப் பெருகுகிறது என்றும், தேநீரின் நுட்பமான கசப்பு நல்ல அறிவுரைக்குப் பின் உணரும் ருசியை நமக்கு நினைவூட்டுகிறது என்றும் கூறினார். சோட்டும்ப்பா எழுதினார் “தேநீரின் மாசற்ற தூய்மை சக்தி வாய்ந்தது. மெய்யாகவே நல்லொழுக்கங்கள் நிறைந்த ஒருவரை லஞ்

சத்தால், தீண்ட இயலாததைப் போன்று புத்த சமயத்தினரில் தென் சீனாவின் ஜென் மரபு, தாவு சமயத்தின் சிறந்த கோட்பாடுகள் பலவற்றைத் தன்னுள் ஏற்றுக் கொண்டது. தேநீர் அருந்தும் சடங்கைப் பற்றி விஸ்தாரமாக விளக்கியுள்ளது. போதி தர்மரின் சிலைக்கு முன்னால் பிக்ஷுக்கள் ஒன்று கூடி ஒரு தெய்வீகப் புனிதச்சடங்கின் ஆழ்ந்த விதிமுறைகளோடு ஒரே கோப்பையில் எல்லோரும் தேநீர் அருந்தினர். இந்த ஜென் சடங்குதான் பின்னர் 15ஆம் நூற்றாண்டில் ஜப்பானில் தேநீர்ச் சடங்காக வளர்ச்சி பெற்றது. துரதிர்ஷ்டவசமாக 13ஆம் நூற்றாண்டில் மங்கோலியரின் திடீர்ப் படையெடுப்பு நடந்தது.

சைனா, யுயென மன்னர்களின் காட்டுமிராண்டி ஆட்சிக்குட்பட்டுப் பயங்கரமான சூறையாடலால் பாழாக்கப்பட்டது, ஸுங் பண்பாட்டின் நற்பலன்கள் யாவும் அழிக்கப்பட்டன. 15ஆம் நூற்றாண்டின் மத்தியில் தேசிய மிங் பரம்பரையினரின் திரும்ப தேசிய மயமாக்கும் முயற்சிகள் உள்நாட்டுக் கழகங்களால் தடைபட்டு திரும்பவும் சைனா 17ஆம் நூற்றாண்டில் வெளிநாட்டு மன்ச்சூ மன்னர்களின் ஆட்சிக்குட்பட்டது. மக்களின் பழக்க வழக்கங்கள், ஒழுங்குமுறைகள் முன்னிருந்த சிறந்த நிலையின் அடையாளங்கூடத் தெரியாமல் மாறிப்போயின. தூள் தேயிலை முறையை முற்றிலும் மறந்து போயினர். ஒரு மிங் உரையாசிரியர் ஸுங் இலக்கியங்களில் கூறப்பட்ட மூங்கில் மத்து எவ்வாறு, எந்த வடிவத்தில் இருந்தது என்பதை நினைவுபடுத்த இயலாது போனார். தேயிலையைக் கோப்பை வெந்நீரில் ஊறவைத்துத்தான் அருந்துவது வழக்கமாயிற்று. மேற்கு நாட்டினருக்கு தேநீர் தயாரிக்கும் பண்டைய முறைகள் தெரியாமலிருந்ததற்குக் காரணம் அவர்கள் மிங் காலத்துக் கடைசியில்தான் தேநீரைப் பற்றித் தெரிய நேர்ந்தது.

பிற்காலத்துச் சீனர்களுக்குத் தேநீர் ஒரு சுவையான பானம் மட்டுமே அன்றி ஒரு இலட்சியம் ஆகவில்லை. சீனா வெகுகாலம் இன்னல்களையும், கஷ்டங்களையும் சமாளிக்க வேண்டி வந்ததால் சீனர்கள் வாழ்க்கையின் உற்சாகத்தையும், சுவையையும் இழந்து நின்றனர். சீனர்கள் நவீனர்களாகி

விட்டனர். அதாவது வயதாகி மருள் நீங்கியவர்களா யிருக்கின்றனர். கவிஞர்கள், ரிஷிகள் ஆகியவர்களின் மங்காத இளமைக்கும், ஆண்மைக்கும் காரணமான மாய்கையின் மேலிருந்த ஆழ்ந்த நம்பிக்கையை இழந்தனர். அவர்கள் வேறு பாடின்றி எதையும் வரவேற்கும் தாராள மனப்பான்மையுடன் பிரபஞ்சத்தின் பரம்பரையை ஏற்றுக்கொள்கின்றனர். இயற்கையுடன் விளையாடுகின்றனர். ஆனால் வெற்றி கொள்ளவோ வணங்கவோ சம்மதிப்பதில்லை. அவர்கள் இலைத் தேநீர் பூமணத்துடன் அற்புதமாயிருத்தாலும் டாங், ஸுங் காலத்துச் சடங்குகளின் கற்பனை எதுவும் அவர்கள் கோப்பையில் காண்பதற்கில்லை.

ஜப்பானியர், சீனர் நாகரிகத்தின் அடிச்சுவட்டை நெருங்கிப் பின்பற்றி வந்ததனால் தேநீரின் மூன்று கட்டங்களையும் நன்கு அறிந்திருந்தனர். கி.பி. 729ஆம் ஆண்டிலேயே சோமு மன்னர் நூறு புத்த சந்நியாசிகளுக்குத் தம் அரண்மனையில் தேநீர் வழங்கியதைப் படிக்கிறோம். தேயிலை தங்கள் டாங் மன்னர் சபையில் வேலை பார்த்த எங்கள் ராஜதூதர்களால் கொண்டுவரப்பட்டு அக்கால முறைப்படி தயாராக்கப் பட்டிருக்க வேண்டும். கி.பி. 801இல் புத்த சந்நியாசி சைய்ச்சோ சில விதைகளைக் கொண்டு வந்து யெய்ஜான் என்னுமிடத்தில் நட்டார். பின் வந்த நூற்றாண்டுகளில் அநேக தேயிலைத் தோட்டங்களைப் பற்றியும் செல்வந்தர்களும், புரோகிதர்களும் தேநீரை இன்பமாய் அருந்துவதையும் கேள்விப்படுகிறோம்.

ஸுங் தேயிலை தென் சீன ஜென் புத்த மதத்தைப் பற்றிப் பயிலச் சென்றிருந்த எய்சாய் சென்ஜி அங்கிருந்து திரும்பினதும் அதாவது கி.பி. 1191இல் எங்களுக்கு ஸுங் தேயிலை கிடைக்கிறது. அவர் கொண்டு வந்த புதிய விதைகள் மூன்று இடங்களில் (ஜப்பானில்) வெற்றிகரமாக நடப்பட்டன. அவற்றில் ஒரு இடம் உஜி மாவட்டம் கியேட்டாவுக்கு அருகிலுள்ளது. இன்றைக்கும் உலகிலேயே உயர்ந்த ரக தேயிலை விளையுமிடம் என்று பெயர் பெற்றது. தென்சீன ஜென்சமயம் அற்புதமான வேகத்தில் பரவியதுடன் தேநீர்ச் சடங்கும், தேநீர்த் தத்துவமும் ஜப்பானில் நன்கு

வேரூன்றியது. 15ஆம் நூற்றாண்டுக்குள் அஷிக்காகா யோஷீமாசா என்னும் சிற்றரசரின் ஆதரவில் தேநீர்ச் சடங்கு முழு உருப்பெற்று ஒரு சுதந்திரமான மக்கள் சடங்காயிற்று. அப்போதிருந்து தேநீர்ச் சமயம் ஜப்பானில் ஒரு முழு நிறுவன அமைப்பை அடைந்தது. ஊற வைக்கும் பிற்கால சீனா முறை சமீபத்தில் இங்கு வந்தது. 17 ஆம் நூற்றாண்டின் மத்தியிலிருந்து தான் எங்களுக்குத் தெரியும். அதனால் தூள் தேயிலை உபயோகம் சாதாரண உபயோகத்தில் நின்று போனாலும் தேநீர் ரசிப்பவர்களிடம் "தேயிலைக்குள் தேயிலை" யாகத் தலைசிறந்து விளங்குகிறது.

ஜப்பானிய தேநீர்ச் சடங்கில் தான் தேநீரின் இலட்சியம்: சிகரத்தை அடைகிறது. 1281இல் மங்கோலியப் படையெடுப்பை நாங்கள் வெற்றிகரமாய் முறியடித்ததன் காரணமாக சீனாவிலேயே மறைந்து போன ஸூங் இயக்கத்தை மேலும் வளர்க்க எங்களால் இயன்றது. தேநீர் எங்களிடையே ஒரு அருந்தும் முறையின் லட்சியம் மட்டுமல்லாமல் வாழ்க்கைக் கலையின் ஒரு அம்சமாக ஆயிற்று. தூய்மையும் நுண்ணிய பண்பாட்டையும் வணங்குவதற்கு ஒரு சாக்காகத் தேநீர் பானம் வளர்ந்தது. இந்தப் புனிதச் சடங்கில் விருந்து கொடுப்போரும் விருந்தாளியும் ஒன்றாகச் சேர்ந்து இம்மை வாழ்வின் உச்ச அழகை இந்த நிகழ்ச்சி நேரத்திற்குத் தக்கவாறு உருவாக்குகின்றனர்.

தேநீர் அருந்தும் அறை சாரமற்ற வாழ்வின் பாலைவனத்தில் ஒரு பசுந்திடலைப் போன்றது. அங்கு அலுத்துப்போன யாத்ரீகர்கள் கலை ரசனை என்னும் பொது ஊற்றில் அருந்துவதற்கு ஒன்று சேரலாம். தேநீர்ச் சடங்கு முன் ஆயத்தமின்றி திடீரென்று ஏற்பாடு செய்யும் நாடகம் போன்றது. அதன் கதையமைப்பு தேநீரைக் கொண்டும், மலர்களைக் கொண்டும், ஓவியங்களைக் கொண்டும் அமைந்தது. அறையின் அமைதியைப் பழுது படுத்துமாறு ஒரு வர்ணம் கிடையாது. பொருட்களின் சந்தத்தைக் கலைப்பதற்கு ஒரு ஓசை கிடையாது. ஒழுங்கை இடைஞ்சல் செய்ய ஒரு சைகை கிடையாது, சுற்றுப் புறத்தோடு உள்ள ஒற்றுமையை முறிக்க ஒரு சப்தம் கிடையாது.

எல்லா இயக்கங்களும் இயற்கையாகவும் எளிதாகவும் இருக்க வேண்டும். இவையே தேநீர்ச் சடங்கின் நோக்கங்கள். இதை ஆச்சரியம் என்றே கூற வேண்டும்! அநேகமாய் வெற்றியாகவே நிறைவேறும். எல்லாவற்றிற்கும் மறைவில் ஒரு நுண்ணிய தத்துவம் விளங்கும். தேநீர்ச் சமயம் என்பது தாவு சமயமே மறைமுகமாக.

'தாவு' சமயமும் 'ஜென்' சமயமும்

ஜென் சமயத்தோடு தேநீர் மரபுக்குள்ள தொடர்பு பழமொழி போல் நாடறிந்த விஷயம். முன்னமேயே நாம் தேநீர் சடங்கு ஜென் சமயச் சடங்கின் வளர்ச்சி என்பதைக் குறிப்பிட்டிருக்கிறோம். தாவு மதத்தின் ஸ்தாபகர் லாவுத்ஸேயின் பெயர் தேநீர் வரலாற்றோடு நெருங்கிய உறவு கொண்டது. தேநீரை விருந்தினருக்கு வழங்கும் பழக்க வழக்கத்தின் ஆரம்பத்தைப் பற்றி சீனர் பள்ளிப் புத்தகத்தில் கூறப்பட்டிருக்கிறது. அதில் லாவுத்ஸேயின் பிரசித்தி பெற்ற சிஷ்யர் க்வான்யின் ஹான் வாயிலில் தம் குருவான வயோதிக தத்துவ ஞானிக்குப் பொன்னிற அமிர்தத்தின் ஒரு கோப்பையை அருந்தக் கொடுத்தார் என்று கூறப்பட்டுள்ளது அத்தகைய கதைகளின் உண்மையைப் பற்றி நாம் வாதிக்க வேண்டாம். எனினும் அவை தாவு சமயத்தினர் தேநீரை ஆரம்ப காலத்திலிருந்தே பருகினர் என்பதை உறுதிப்படுத்தும் அளவிற்கு உபயோகப்படுகின்றன. தாவு மதம், ஜென் புத்த மதம் இவற்றைப் பற்றி நாம் அக்கறை கொள்வதற்குக் காரணம், முக்கியமாக தேநீர் மதத்தில் அடங்கியுள்ள வாழ்க்கையையும் கலையையும் பற்றிய அதே கருத்துகளுக்காகத்தான்.

இன்னும் தாவு மத, ஜென் மதக் கொள்கைகளைப் பற்றி அந்நிய மொழிகளில் வெளி வராதது வருந்தத்தக்கதாகும். அநேக மெச்சத்தக்க முயற்சிகள் நடந்திருக்கின்றன.

மொழிபெயர்ப்பு எப்போதுமே குறையுள்ளதான துரோகச் செயலே. சரிகை நெசவின் பின்பக்கம் மாதிரி

எல்லா நூல்கள் இருந்தும் வர்ண நுட்பமும் சித்திரத் தெளிவும் காண முடியாததே போல். எனினும் இலகுவில் விளக்கக் கூடியவாறு எந்த உயரிய கொள்கைதான் இருக்கிறது? பண்டைய கால ரிஷிகள் என்றும் தம் உபதேசங்களைத் தெளிவாக முறைப்படி அருளியதில்லை. அவர்கள் உவமானக் கதைகள் மூலம் கருத்தை வெளியிட்டனர். அரை குறையான உண்மையைச் சொல்லக்கூடாது என்பதற்காகத் தாம் முட்டாள்களைப் போல் பேசத் தொடங்கி கேட்பவர்களை அறிவாளிகளாக்கினார்கள். லாவுத்ஸே "குறைந்த மூளை படைத்தவர்கள் தாவுவைப் பற்றிக் கேட்டால் வயிறு நிறைய சிரிப்பார்கள். அதைக் கேட்டுச் சிரிக்காவிட்டால் அது தாவுவே ஆகாது!" என்று குறும்பும் சுவாரஸ்யமும் கலந்து சொல்லியிருக்கிறார்.

தாவு என்றால் வழி அல்லது பாதை என்பதுவே இலக்கிய அர்த்தம். அதை வழி, முதல்சட்டம், இயற்கை, பேரறிவு முறை எனப் பலவாறாக மொழிபெயர்த்து இருக்கிறார்கள். அவற்றைத் தவறென்று சொல்ல இயலாது. ஏனென்றால் தாவு மதத்தினரும் கேள்வி ஆலோசனைகளின் விஷயங்களை அனுசரித்து வெவ்வேறு பதங்களை உபயோகித்திருக்கிறார்கள். லாவுத்ஸே தாமே தாவுவைப் பற்றி பின்வருமாறு கூறியிருக்கிறார்.

"எல்லாவற்றையும் தனக்குள் அடக்கிய ஒன்று உளது. அது ஆகாயம், பூமி தோன்றுவதற்கு முன் பிறந்தது. நிசப்தமே உருவாக, தனிமையே வடிவாக அது நிற்கிறது. மாற்றமென்பது அதற்கில்லை. தனக்கு யாதொரு ஆபத்துமில்லாமல் தன்னைத் தானே சுற்றுகிறது. பிரபஞ்சத்திற்கே தாயானது. அதன் பெயர் எனக்குத் தெரியாது. ஆகையினால் அதனை 'வழி' என்றழைக்கிறேன். தயக்கத்துடன் அதை 'எல்லையற்றது' என்று சொல்கிறேன் 'எல்லையற்றது' எப்போதும் நொடிக்கு நொடி மறைந்து கொண்டே இருப்பது மறைந்து கொண்டிருப்பது கண்ணுக்குப் புலப்படாமல் மறைவது ஒன்றுமில்லாமல் மறைவதுதான் திரும்பத் திரும்பத் தோன்றுவது."

'தாவு' என்பது பாதையைவிடப் பாதையில் செல்வதில் தானிருக்கிறது. அது தான் விஸ்வ பிரம்மாண்டத்தின் மாறிக் கொண்டிருக்கும் மாயையின் சாரம். முடிவில்லா வளர்ச்சி தனக்குள்ளே திரும்பி புதிய புதிய வடிவங்களைத் தோற்றுவது. தாவு மதத்தினரின் பிரியமான சின்னமாகிய டிராகனைப் போன்று (ஒருவித கற்பனை மிருகம்) தனக்குள்ளே சுருண்டு கொள்வது மேகங்களைப் போன்று சுருளவும், விரியவும் செய்யும் தன்மையது. தாவுவைப் 'பெரும் இடை மாறுதல்' என்றும் சொல்லலாம். அக நிலை நோக்கில் அதைப் பிரபஞ் சத்தின் மனநிலை என்றும் கூறலாம். அதன் உறவு நிலையே அதன் முழுமுதல் நிலை.

முதலில் ஒன்றை மனதில் வைக்க வேண்டும். தாவு மதம் அதன் உரிமைகொண்ட பின்னோடியான ஜென் மதத்தைப் போன்று தென்சீனர் மனப்பாங்கான தனி மனிதப் போக்கைப் பிரதிபலித்திருக்கிறது. இதற்கு நேர்மாறாக வடசீனரின் பொதுவுடைமை மனப்போக்கு கன்பூசிய மதத்தில் பிரதிபலிக்கிறது. நடுவிலுள்ள ராஜ்யம் ஐரோப்பா அளவு விஸ்தாரமானது. ஆகையால் அதனைத் தாண்டும் இரண்டும் பெரிய நதி வளங்களின் மாறுபாடான தனி மன நிலைகளும் அங்குக் காணலாம்.

யாங்ட்சிகி யாங்வும், ஹொவாங் ஹோவும் முறையே மத்திய தரைக்கடல், பால்டிக் கடல் போன்றவை இன்றைக்கும் நூற்றாண்டுகளில் ஏற்பட்ட ஒருமைப்பாடு இருந்தும் (தேவலோகத்து) தென்சீனர் தம் சிந்தனை, நம்பிக்கைகளில் தம் வட சீன சகோதரரிடமிருந்து மாறுபடுகின்றனர். எவ்வாறு லத்தீன் இனத்தார் டியுடோன் இனத்தவரிலிருந்து மாறுபடுகின்றனரோ அதுபோல், பண்டைக்காலத்தில் போக்குவரத்து இப்பொழுதைவிட கடினமாயிருந்தபோது, முக்கியமாக நில உரிமைப் பண்ணைக் காலத்தில் இம்மாதிரி கருத்து வேறுபாடு மிகவும் துலக்கமாயிருந்தது. கலையும் கவிதையும் தென்னாட்டினருக்கும் வடநாட்டினருக்கு முள்ள முற்றிலும் வேறுபட்ட சூழ்நிலைகளை எடுத்துக் காட்டுகின்றன.

லாவுத்ஸே, அவரது சிஷ்யர்கள் இலக்கியத்திலும் குத்ஸுஜென், யாங்ட்சியாங்கின் இயற்கை கவிஞர்களின் முன்னோடியின் எழுத்திலும், வட நாட்டு எழுத்தாளர்களின் (அதேகாலம்) உரைநடை நீதிநெறிக் கருத்துகளிலிருந்து முற்றிலும் ஒத்து வராத இலட்சியங்களைக் காண்கிறோம். லாவுத் ஸே கிறிஸ்து பிறப்பதற்கு ஐந்து நூற்றாண்டுகளுக்கு முன் வாழ்ந்தவர்.

தாவு மதக்கருத்துகளின் முளைகளை "நீண்ட காதுடையார்" என்ற பட்டப்பெயர் பெற்ற லாவுத்ஸே தோன்றுவதற்கு வெகு முன்பே காணலாம். மிகவும் பழைய சீனக் குறிப்புகளில் முக்கியமாக, "மாற்றங்களைப் பற்றிய நூலில்" முன்னறிவிப்பாகக் காணலாம். சீன நாகரிகத்தின் உச்சகாலத்து சட்டதிட்டங்களுக்கும், பழக்க வழக்கங்களுக்கும் மக்கள் அளித்த பெரும் மரியாதை கி.மு. 12ஆம் நூற்றாண்டில் "சௌ" ராஜ்யம் நிறுவனத்தில் உச்சநிலையடைந்தது. வெகுகாலம்வரை தனித்துவத்தின் வளர்ச்சியைத் தடுத்து நிறுத்தி விட்டது. பின்னர் "சௌ" அரசாட்சி அழிந்து பல்வேறு தனித்தனி சுதந்திர ராஜ் யங்களாக ஏற்பட்ட பின்னர் தான் “தனித்துவம்” சுதந்திரச் சிந்தனைகளால் செழித்து மலர முடிந்தது.

லாவுத்ஸேயும், சோஷி (சுவாங்ட்ஸே)யும் தெற்கத்தியவர்கள். புதிய தத்துவத்தை நிறுவின மிகப் பெரியவர்கள். வேறொருபுறம் கன்பூசியஸ் தம் எண்ணற்ற சீடர்களோடு மூதாதையரைப் போற்றும் கொள்கைகளைக் காப்பாற்ற முயன்றார். தாவு மதத்தைப் புரிந்து கொள்வதற்கு ஓரளவு கன்பூசிய மதத்தைப் பற்றிய அறிவும் தேவை. அதைப் போன்றே கன்பூசிய மதத்தைப் பற்றிப் புரிந்து கொள்வதற்கு தாவு மதத்தைப் பற்றிய அறிவும் அவசியம்.

தாவுவின் "முழுநிலை" மற்றவைகளுடன் உறவை அனுசரித்தது என்று கூறியுள்ளோம். நீதி நெறிகளைப் பற்றிய விஷயங்களில் தாவு மதத்தினர் சமூகத்தின் சட்டங்களையும், நீதிநெறி முறைகளையும் தாக்கினர். நன்று, தீது என்பது அந்தந்த. பொருளின் அல்லது விஷயத்தின் உறவை அனுசரித்தே என்பது அவர்கள் சித்தாந்தம்.

விளக்கம் என்பது எப்போதும் ஒரு குறுகிய எல்லையை வரையறுத்தலே, 'முடிவானது – மாற்றக் கூடாதது' என்பவை வளர்ச்சியைத் தடுத்து நிறுத்தும் விளக்கச் சொற்களே. குத்ஸூ ஜென் "ஞானிகள் காலத்தோடு செல்பவர்கள்" என்று சொன்னார் நீதி நல்லொழுக்கங்களைப் பற்றிய நம் அளவுகோல் சமூகத்தின் முந்திய தேவைகளில் பிறந்தவை. ஆகையால் சமூகம் எப்போதும் ஒரே நிலைமையில் இருக்க வேண்டுமா? சமூகக் கோட்பாடுகளைக் கடைப்பிடித்தலில் ஒருவன் தன் 'தனித்துவத்தை அரசாட்சிக்கு அடிக்கடி தியாகம் செய்யும் நிலைமை ஏற்படுகிறது.

கல்வி என்பது ஒரு பெரும் மயக்கத்தை நிலை நிறுத்துவதற்காக ஒருவித அறியாமையை உற்சாகப் படுத்தி வளர்க்கிறது. மக்கள் உண்மையாகவே நல்ல ஒழுக்கம் நிறைந்தவர்களாக வேண்டும் என்று கற்பிக்கப் படுவதில்லை. முறையுடன் நாம் நடந்துகொண்டாலே போதும். நாம் பயங்கர அளவிற்குச் சுயநலமிகளாய் இருப்பதால்தான் நாம் துஷ்டர்களாகி விடுகிறோம். நாம் எப்போதும் மற்றவர்களை மன்னிப்பதில்லை. ஏனென்றால் நாமே தவறு செய்பவர்கள் என்பதை அறிவோம்.

நாம் குற்றத்தை மனதில் வளர்க்கிறோம். ஏனென்றால் மற்றவர்களிடம் உண்மையைச் சொல்ல நாம் பயப்படுகிறோம். நாம் கௌரவ கர்வத்தில் அடைக்கலம் புகுகிறோம். ஏனென்றால் நமக்கே உண்மையைச் சொல்ல அச்சம். உலகமே இவ்வளவு மோசமாயிருந்தால் எவ்வாறு உலகத்தோடு ஒத்துழைப்பது? எங்குப்பார்த்தாலும் கொடுக்கல் வாங்கல் தான். பண்டமாற்றுதல் கௌரவமும் கற்பும்! மன திருப்தியுடன் வியாபாரி நல்லதையும், உண்மையையும் சில்லறையில் விற்பதைப் பாருங்கள்.

'மதம்' என்று சொல்லப்படுவதையே விலைக்கு வாங்கலாம். மலர்களாலும், சங்கீதத்தாலும் புனிதமாக்கப் பட்ட பொது நல்லொழுக்கம் தானே உண்மையில் மதம் என்பது! கோவில்களிலிருந்து எல்லாத் துணைப் பொருட்களையும் அகற்றி விடுங்கள். அங்கு மீதி என்ன நிற்கிறது? இருந்தும் கோவில் தர்மகர்த்தாக்கள் அற்புதமாய்ச்

செழிக்கிறார்கள். ஏனென்றால் விலை மிகவும் அற்பம். சொர்க்கத்தில் இடம் பெற வேண்டுமா ஒரு பிரார்த்தனை போதும், ஒரு கௌரவமான பிரஜையாவதற்கு ஒரு பட்டம் வாங்கினால் போதும். சீக்கிரம் ஒரு மரக்காலுக்குள் ஒளிந்து கொள். ஏனென்றால் உன்னால் உண்மையான உபயோகம் உலகுக்குத் தெரிந்தால் உடனே பொது ஏலக்காரன் அதிகமான விலை கொடுப்பவனுக்கு உன்னை உடனே விற்று விடுவான். ஏன் ஆணும், பெண்ணும் தம்மைப் பிரச்சாரம் செய்து கொள்ள பிறக்கின்றனர் தெரியுமா? அது அவர்கள் பூர்வீகத்தில் அடிமையாயிருந்த நாட்களில் ஊறின அடிமைப் புத்தியைத் தானே காட்டுகிறது.

ஒரு கொள்கையின் சக்தி அது அக்காலச் சிந்தனை களை ஊடுருவிப் போவதில் இல்லை. அது பின்வரும் இயக்கங்களை எவ்வாறு திறமையுடன் ஆதிக்கம் செலுத்த இயலுகிறதோ அதிலே தான் அக்கொள்கையை, அதன் சக்தியை அளவிட வேண்டும். தாவு மதம் சீன அரசு காலத்தில் (சீனா என்று பெயர் வந்த காலம் அதாவது சைனா முழுவதும் ஓர் ஆட்சியின் கீழ் வந்த காலம்) செயல் புரியும் ஆற்றலுடன் திகழ்ந்தது. அக்காலத்தின் சிந்தனையாளர்கள், கணித சாஸ்திரிகள், சட்டங்கள் போர்ச் செயல்கள் பற்றிய எழுத்தாளர்கள், ஞானிகள், விஞ் ஞானிகள் மேலும் யாங்ட்சிகியாங் பள்ளத்தாக்கின் பிற்கால இயற்கைக் கவிஞர்கள் எல்லார் மேலும் தாவு தத்துவத்தின் பிரபாவத்தைப் பற்றிக் குறிப்பதற்கு நமக்கு அவகாசம் கிடைக்குமானால் அது மிகவும் ருசிகரமாகவே இருக்கும், தவிரவும் மெய்ப் பொருளைப் பற்றி ஊக ஆராய்ச்சி நடத்துவோர்களையும் நாம் கழிக்க முடியாது. அவர்கள் ஒரு வெள்ளைக் குதிரை போன்றவர்கள். மெய்யான குதிரையா அது? அதற்குக் காரணம் அதன் வெள்ளை நிறமா? அல்லது அதன் தனித்துவமா? என்றெல்லாம் சந்தேகத் தர்க்கங்கள் செய்வோரையும், மற்றும் ஆறு ஆட்சி காலத்து உரை யாடல்வாதிகளையும் இவர்களும் ஜென் தத்துவ வாதிகளைப் போன்று தூயனவும், அரூப விஷயங்களையும் பற்றித் தர்க்கம் நடத்துவதில் திளைத்தவர்கள் என்பதை நாம் நினைவில் வைக்க வேண்டும்.

எல்லாவற்றையும் விட நாம் தாவு தத்துவத்திற்கே மரியாதை செலுத்த வேண்டும். அதுவே தெய்வ நற்குணசீலம் உருவாவதற்கும் அதற்கு வெப்பப் பளிங்கு போன்ற கண்ணியமும், பண்பு நுட்பமும் உண்டாக ஓரளவு சக்தியும் அளிக்கிறது. சீன வரலாறு இவ்வித சான்றுகள் நிறைந்துள்ளது. தாவு பக்தர்கள், அரசர்களும் சந்நியாசிகளும் ஒன்றுபோல் பல தரப்பட்ட சுவாரஸ்யமான பலன்களுடன் தாவுவின் கொள்கைகளைப் பின்பற்றி வாழ்ந்தார்கள். கதைகளில் போதனையும், நகைச்சுவையும் வேண்டிய அளவு இருந்தன. அவற்றில் உருவகக் கதைகளும், குட்டிக் கதைகளும் சுருக்கமான சூத்திரங்களும் செறிந்திருந்தன. நாம் மகிழச்சி நிரம்பிய மன்னரோடு நெருங்கி உரையாடி மகிழலாம். அவர் சாகவே இல்லை, ஏனென்றால் அவர் வாழ்ந்ததே இல்லை. வீட்ஸேயுடன் காற்றில் சவாரி செய்யலாம். அது மிகவும் அமைதியாக இருக்கும் ஏனென்றால் நாமே தான் அந்தக் காற்று, ஹொவாங்ஹோவின் முதியவரோடு நடுவானில் வாழலாம். அவர் சொர்க்கத்திற்கும் பூமிக்கும் நடுவில் வாழ்ந்ததால் சொர்க்கமோ; பூமியோ அவரைப் பாதித்ததில்லை. இன்று சீனாவில் நாம் காணும் விசித்திரமான தாவு மதத்திலும் நாம் வேறெந்தக் கோட்பாடுகளிலும் காண முடியாத கற்பனைச் செல்வத்தை ரசித்துக் களிக்கலாம்.

எனினும் ஆசிய மக்கள் வாழ்க்கைக்குத் தாவு மதத்தின் முக்கிய நன்கொடை "ரஸனை" விஷயத்தில் தான் என்னலாம். சீன வரலாற்றறிஞர்கள் தாவு மதத்தைப் பற்றி எப்போதும் 'இந்த உலகத்தில் இருப்பதன் கலை' என்றே கூறியிருக்கிறார்கள் ஏனெனில் அது நிகழ்காலத்தைப் பற்றியே நம்மைப் பற்றியே கையாள்கிறது. நமக்குள்ளேயே தான் இறைவன் இயற்கையைச் சந்திக்கிறார்.

நேற்று, வரும் நாளிலிருந்து விடைபெறுகிறது. நிகழ்காலமே எல்லையற்றது. சட்டப் பிரகாரம் உரிமை கொண்ட உறவின் உலகம், பரஸ்பர உறவு புதிய ஒழுங்கை நாடுகிறது. புதிய ஒழுங்கு தான் கலை. சதா காலமும் நம் சுற்றுப்புறத்தோடு புதிய ஒழுங்கில் சரிபடுத்திக் கொள்வதிலேதான் வாழ்க்கையின் கலையைக் காண வேண்டும். தாவுமதம் தினசரி உலக வாழ்க்கையை உள்ளபடியே ஏற்றுக்கொள்கிறது. கன்பூசியஸ்,

புத்தர் இவர்களைப் போலல்லாமல் கஷ்ட நஷ்டங்கள் நிறைந்த இந்த நம் உலகத்திலேயே அழகைக் காண முயல்கிறது. இந்த மூன்று கோட்பாடுகளின் போக்கை "மூன்று புளிநீர்ச் சுவைத்தவர்கள்" எனும் ஸுங்கின் உவமைக் கதை நேர்த்தியாக விளக்குகிறது.

ஒரு சமயம் சாக்கிய முனியும் கன்பூசியமும், லாவுத்ஸேயும் புளி நீர்த்தாழியின் வாழ்க்கையின் சின்னம் முன் நின்றனர். ஒவ்வொருவரும் புளிநீரைச் சுவைப்பதற்காக விரலை விட்டனர். விஷயவாதியான கன்பூசியஸ் அதைப் புளிக்கிறதென்று சொன்னார். புத்தர் அது கசக்கிறது என்றார். இறுதியில் லாவுத்ஸே அது இனிக்கிறது என்றார்.

நாம் ஒவ்வொருவரும் ஒற்றுமைகளைக் காப்பாற்றினால் வாழ்க்கை நாடகத்தை அதிக சுவாரஸ்யமானதாக ஆக்கலாம் என்று தாவு மதத்தினர் கொண்டாடினர். அதற்குள்ள அளவின் பொருத்தத்தைக் காத்து தன் சொந்த இடத்தை இழக்காமல் மற்றவர்களுக்கு இடம்கொடுப்பதுதான் உலக வாழ்க்கை நாடகத்தில் வெற்றியைக் காண்பதற்கு ரகசியமாகும். நாடகத்தின் முழுமையையும் அறிந்தால்தான் நம் தனி அங்கத்தைச் சரியாய் நடிக்க முடியும். தனித்துவத்தில் முழுமையின் கருத்துருவத்தை எப்போதும் இழந்துவிடக் கூடாது. இதை லாவுத்ஸே தம் பிரியமான சூன்யத்தின் உருவகத்தால் விளக்குகிறார்.

உண்மையான சாரம் சூன்யத்தில்தான் உள்ளது என்று வாதாடுகிறார். ஒரு அறையின் மெய்மையை உதாரணமாக, அதன் காலி இடங்களில்தான் காண முடியும். அதன் சுவர்களிலும், கூரையிலுமன்று. ஒரு தண்ணீர்க்குடத்தின் உபயோகம் தண்ணீர் நிரம்பக்கூடிய காலி இடத்தில்தான் அன்றி அதன் வடிவத்திலோ அல்லது அது செய்யப்பட்ட பொருளினாலோ அன்று, சூன்யம்தான் ஆற்றல் மிக்கது. எல்லாவற்றையும் தன்னுள் அடக்குவதால் சூன்யத்தில் மட்டுமே இயக்கம் நிகழ முடியும். தம்மை சூன்யம் ஆக்குபவரால் மற்றவர்களைத் தமக்குள் தாராளமாக நுழைய விட முடியுமாதலால் எல்லா நிலைமைகளையும் சமாளிக்கும் வல்லவராகிறார். முழுமைதான் பாகத்தின் மேல் ஆதிக்கம் செலுத்த முடியும்.

இந்தத் தாவு மதக் கருத்துகள் தான் எங்கள் (ஜப்பானிய) இயக்கங்களின் எல்லாக் கருத்துகளிலும் வாள் சண்டை, குஸ்தி முதலியவற்றின் அடிப்படைக் கருத்துகளிலும் செல்வாக்குப் பெற்றிருக்கிறது, ஜப்பானிய தற்காப்புக் கலையாகிய ஜியு ஜுட்ஸீ கலையின் பெயரும் தாவு தேக்கிங் என்னும் நூலிலிருந்து தான் வந்தது. ஜியுஜுட்ஸீ கலையில் ஒருவர் எதிரியோடு மோதித் தடுக்காமலேயே எதிரியின் பலத்தை வெளியேற்றச் செய்து களைத்துப்போக விடுகிறார். தம் சக்தியை முதலில் விரயம் செய்யாமல் கடைசித் தாக்கில் தம் வெற்றிக்காகச் சேர்த்து வைக்கிறார். கலையிலும் அதே கருத்தின் முக்கியத்துவத்தை சாடையாய் இயங்கிதமாய் வரைவதில் வெளியிடுவதைக் காணலாம். சில விஷயத்தை விளக்காமலேயே இங்கிதமாய் விடுவதால் பார்ப்பவருக்குத் தம் கற்பனையால் பூர்த்தி செய்து கொள்ளும் வாய்ப்பு அளிக்கப்படுகிறது. அதனால் பார்ப்பவர் கவனம் முழுவதும் ஒரு சிறந்த கலை சிருஷ்டியால், அதில் ஒன்றாகும்வரை ஈர்க்கப்படுகிறார். அவர் தம் கலை ரசனை உணர்வால் கலை சிருஷ்டியில் நுழைந்து முழுமையும் நிரப்புவதற்கு சூன்யம் அங்கே உள்ளது.

வாழ்வுக் கலையில் வெற்றி கண்டவனையே உண்மை மனிதன் என்பார்கள் தாவு மதத்தினர். மனிதன் பிறந்ததும் கனவு உலகில் நுழைகிறான். சாகும் போது மெய்மையைக் காண எழுகிறான். மற்றவர்கள். மறைவில் மறைத்து ஒன்றாவதற்காகத் தன் பிரகாசத்தைக் குறைத்துக் கொள்கிறான். அவன் "குளிர்காலத்தில் ஆற்றைக் கடப்பவனைப் போல் ஆர்வமில்லாதவனாகவும், அக்கம் பக்கத்தைக் கண்டு அஞ்சுவோனைப் போல் தயவு மிக உள்ளவனாகவும் விருந்தாளியைப் போல் மரியாதையாகவும், சீக்கிரம் கரையப் போகிற பனியைப் போன்று நடுக்கமுள்ளவனாகவும், செதுக்கப்படாத மரத்துண்டைப் போல் அடக்க ஒடுக்கமாகவும், பள்ளத்தாக்கைப் போல் வெறும் வெளியாகவும் கலங்கின தண்ணீரைப் போல் உருவமற்றும்" இருப்பான். அவனுக்கு இரக்கம், சிக்கனம், அடக்கம் இவை மூன்றும் வாழ்க்கையின் அணிகளாவன.

இப்பொழுது நம் கவனத்தை ஜென் மதத்திற்குத் திருப்பினால் அது தாவு மதத்தின் நல்லுரைகளுக்கே முக்கியத்துவம் கொடுப்பதை நாம் பார்ப்போம். ஜென் என்னும் பெயர் 'சமஸ்கிருத வார்த்தை' தியானத் திலிருந்து வந்தது. ஒரே மனதுடன் தியானம் செய்வதால் உச்ச நிலைமையான சுய சித்தியடையலாம் என்பது அதன் கொள்கை. புத்த தத்துவத்தை அடைவதற்கான ஆறு மார்க்கங்களில் தியானம் ஒன்று. சாக்கிய முனி அவருடைய பிற்கால உபதேசங்களில் தியானத்திற்கு அதிக முக்கியத்துவம் கொடுத்தார். இந்த விதிகளைத் தம் பிரதான சீடரான காயபருக்கு எடுத்துரைத்தார். ஜென்மரபின் முதல் தலைவரான காஸ்யபர் இந்த ரசியத்தை ஆனந்தருக்குச் சொல்லிக் கொடுத்தார். அவரிடமிருந்து பின் வந்த தலைவர்களுக்கு வம்ச பரம்பரையாக வந்து இருபத்தெட்டாவது தலைவரான போதி தர்மருக்குக் கிடைத்தது. போதி தருமர் ஆறாவது நூற்றாண்டின் முதல் பாதியில் வடசீனாவுக்கு வந்தார். அவர்தான் சீனாவின் ஜென் மதத்திற்கு முதல் தலைவர் என்பார்கள் ஜென்மரபைச் சேர்ந்தவர்கள். இந்தத் தலைவர்களையும் கொள்கைகளையும் பற்றி வரலாற்றில் நிறைய சந்தேகங்கள் இருக்கின்றன

தத்துவ முறையில் ஆரம்ப கால ஜென் கொள்கை ஒரு பக்கம் நாகார்ஜுனரின் வெற்று மறுப்பு வாதத்தைச் சார்ந்தும் மறுபக்கம் சங்கராச்சாரியாரின் ஞான தத்துவத்தைச் சார்ந்தும் உள்ளதாகத் தோன்றுகிறது. இன்று நமக்குத் தெரிந்த ஜென் தத்துவத்தின் கொள்கைக்கு முதல் காரணஸ்தர் ஆறாவது சீனகுரு யேனா (637–713) அவரே தெற்கு சீன ஜென் மதத்தின் ஸ்தாபகர் என்பதற்குத் தென் சீனாவில் அது தலை. தூக்கி வளர்ந்த காரணமே.

அவருக்கு அடுத்து வந்தவர் பெரியார் பாலோ (788இல் காலமானார்). அவரே சீனர் வாழ்க்கையில் ஜென் கொள்கையை உயிர்ப்புடன் செல்வாக்கு பெறச் செய்தார். ஹியாக்குஜோ (719–814) பாலோவின் சீடர். முதலில் ஜென் துறவியர் படத்தை ஸ்தாபித்து அதை நடத்துவதற்கான சடங்குகளையும், விதிமுறைகளையும்

ஏற்படுத்தினார். பாஸோவின் காலத்திற்குப் பின்னர் யாங்சிகியாங் வாசிகளின் உள்ளத்தில் முந்திய இந்திய இலட்சியங்களைவிட சுதேசிக் கருத்துகள் குடிகொண்டு தலை தூக்குவதைக் காணலாம். ஜென் மரபினரின் கர்வம் நேர்விரோதமாக வாதித்தாலும் தென்சீன ஜென் மதத்திற்கும் லாவுத்ஸேயின் கொள்கைகளுக்கும் உள்ள ஒற்றுமையைக் கண்டு ஆச்சரியப்படாமலிருக்க முடியாது. தன்னை ஒருமைப்படுத்துவதன் முக்கியத்துவத்தையும் சுவாசத்தைச் சரியாகக் கட்டுப்படுத்துவதன் அவசியத்தைப் பற்றியும் தாவு தேக்கிங் என்னும் நூலில் ஏற்கெனவே கூறப்பட்டிருக்கிறது. ஜென் தியானப் பயிற்சியில் இவை முக்கியமான விஷயங்கள்.

லாவுத்ஸேயைப் பற்றிய மிகச் சிறந்த நூல்களில் சில ஜென் அறிஞர்களாலேயே எழுதப்பட்டவை. ஜென் மதம் தாவு மதத்தைப் போன்றே உறவியல் தத்துவத்தைப் போற்றி வழிபடுவதாகும். ஒரு ஜென் மகான் வட துருவத்தை தென் ஆகாய மண்டலத்தில் உணரும் கலையே என்று ஜென் தத்துவத்தை விளக்குகிறார். மெய்யைக் காண வேண்டுமானால் நேர்மாறானவற்றைப் புரிந்துகொள்ள வேண்டும். மேலும் தாவு மதத்தைப் போன்றே ஜென் மதம் தனித்துவத்தைப் பலமாக ஆதரிப்பதாகும். நம் மனதிற்குள் நடக்கும் ஆட்டங்களைப் பற்றிய விஷயங்களைத் தவிர வேறொன்றும் உண்மையாயிருக்க முடியாது. ஆறாவது குருவான யெனோ ஒரு சமயம் இரண்டு பிக்ஷுக்கள் கோபுரத்தின் உச்சியில் கொடி பறப்பதைக் கவனித்துக் கொண்டிருப்பதைப் பார்த்தார். ஒரு பிக்ஷு காற்று தான் அசைகிறது என்றார். மற்றவர் 'கொடிதான் அசைகிறது' என்றார். ஆனால் யெனோ அவர்களுக்கு விளக்கிச் சொன்னார். "உண்மையாக அசைவது காற்றுமல்ல, கொடியுமல்ல; அவர்களின் மனதிற்குள்ளிருக்கும் ஒன்று தான் அசைவது"

ஹியாக்குஜோ ஒரு சீடருடன் காட்டின் நடுவே போய்க் கொண்டிருந்தபோது ஒரு முயல் அவர்களது வருகையைக் கண்டு ஓட்டம் பிடித்தது. "உன்னைக் கண்டு முயல் ஏன் ஓடுகிறது? என்று ஹியாக்குஜோ கேட்டார்.

"அது என்னைக் கண்டு பயப்படுகிறது" என்று பதில் வந்தது. "இல்லை. உனக்குள் கொலை செய்யும் சுபாவம் இருக்கிறது' என்று ஹியாக்குஜோ சொன்னார். இது தாவு ஞானியின் சம்பாஷனையை நினைவு படுத்துகிறது. ஒருநாள் சோஷி ஒரு நண்பருடன் ஆற்றங்கரை வழியாகப் போய்க் கொண்டிருந்தார். "எவ்வளவு மகிழ்ச்சியுடன் மீன்கள் நீரில் விளையாடிக் கொண்டிருக்கின்றன" என்று சோஷி கூறினார். அதற்கு அவருடைய நண்பர் "தாங்கள் மீனல்லவே மீன்கள் மகிழ்ச்சியுடன் விளையாடுகின்றன என்பது தங்களுக்கு எப்படித் தெரியும்!" என்று கேட்டார். அதற்கு உடனே ஸோஷி பதிலளித்தார். "தாங்கள் நான் அல்லவே. தங்களுக்கு எப்படித் தெரியும்? எனக்கு மீன்கள் மகிழ்வுடன் விளையாடுவது தெரியாது என்பது."

தாவுமதம் கன்பூசியன் மதத்திற்கு பல வழிகளில் நேர்மாறானது போன்று, ஜென் மதமும் வைதிக புத்த உபதேசங்களிலிருந்து சில விஷயங்களில் நேர்மாறானது தான். அறிவு எல்லைக்கு அப்பால் கடந்த ஜென் உள்ளொளியைப் பெற வார்த்தைகள் வெறும் பாரமேயாகும். புத்த சமய நூல்கள் யாவும் தனியார் ஊனக் கற்பனைக்கு உரை விளக்கம் தானே. ஜென் கொள்கையைப் பின்பற்றுபவர்கள் பொருட்களின் உள் இயற்கையோடு நேரடித் தொடர்பு கொள்வதையே நோக்கமாகக் கருதினர். உண்மையைச் சுத்தமாய்ப் புரிந்து கொள்வதற்குத் துணைப் பொருட்கள் வெறும் முட்டுக்கட்டைகள் என்பர்.

இந்த அரூபத்தின் மேலிருந்த பற்றினால் தான் ஜென் மரபினர் நிறைய வர்ணங்களைக் கொண்டு தீட்டப்பட்ட உச்ச புத்த மத ஓவியங்களைவிட கருப்பு மையினால் சுருக்கமாய் தீட்டப்பட்ட கருப்பு வெள்ளை ஓவியங்களை நாடினர். சில ஜென் வாதிகள் உருவங்கள் சின்னங்கள் மூலமன்றி உருவத்தை வெறுப்பவர்களாகவும் மாறினர். ஏனெனில் அவர்கள் தமக்குள்ளே புத்தரைக் காண முயன்றனர். 'தனக்காவோஷோ' என்பவர் ஒரு குளிர் நாளில் புத்தரின் மரச்சிலையைத் தீ எரிப்பதற்காக வெட்டிப் பிளந்து கொண்டிருந்தார். பக்கத்திலிருந்தவர் 'என்ன பாவச்

செயல்' என்று பதறிக் கத்தினார். ஜென்வாதி அமைதியாய், 'நான் சாம்பலிலிருந்து தெய்வ ரத்தினத்தைப் பெற விரும்புகிறேன்' என்றார். அதற்கு 'உம்மால் ஒருக்காலும் தெய்வ ரத்தினத்தைச் சிலையிலிருந்து எடுக்க முடியாது' என்று கோபத்துடன் கூறினார். அதற்கு தனக்கா 'என்னால் எடுக்க முடியா விட்டால், இந்தச் சிலை நிச்சயமாய் புத்தர் இல்லை. அப்படியானால் நான் பாவச்செயல் ஒன்றும் செய்யவில்லை' என்று சொல்லி நெருப்பைத் தூண்டிவிட்டு குளிர் காய்ந்தார்.

கிழக்கு நாட்டுச் சிந்தனை உலகுக்கு ஜென் வாதத்தின் சிறப்பான நன்கொடை. ஆன்மிகத்திற்குச் சமமாகவே உலோகாயதத்தையும் அது ஏற்றுக்கொண்டது. பொருட்களின் மிகப் பெரும் உறவில் சிறியதென்றும் பெரியதென்றும் பாகுபாட்டிற்கு இடமில்லை. ஏனெனில் அணுவுக்குள்ளும் பிரபஞ்சத்தின் சமமான சாத்திய கூறுகள் இருக்கின்றன. முழுமையை நாடுபவர் தம் உள்ளொளியின் பிரதிபலிப்பைத் தம் சொந்த வாழ்க்கையிலேயே கண்டுகொள்ளவேண்டும். ஜென் மதத்துச் சந்நியாச மடங்களின் அமைப்பில் இந்தக் கொள்கையின் முக்கியத்துவத்தைத் துலக்கமாய்க் காணலாம். மடத் தலைவரைத் தவிர மடத்தை நடத்துவதில் ஒவ்வொருவருக்கும் ஒரு விசேஷ வேலை கொடுக்கப்பட்டிருந்தது.

இதில் ஆச்சர்யம் என்னவென்றால் புதிதாகச் சேர்ந்த சந்நியாசிகளுக்கு லகுவான வேலைகளும், மிகவும் கௌரவமும், வயதான சந்நியாசிகளுக்குத் தொந்தரவு நிறைந்தும், கீழ்த்தரமான வேலைகளும் கொடுக்கப் பட்டன. அதனால் தோட்டத்தில் களை எடுக்குமிடத்திலோ கிழங்கு தோண்டுமிடத்திலோ, தேயிலை பருகக்கொடுக்கும் இடத்திலோ ஆழ்ந்த சிக்கலான தத்துவ சம்பாஷணைகள் நடப்பதுண்டு. வாழ்க்கையின் அற்ப நிகழச்சிகளிலும் மகத்துவத்தின் கருத்துகள் இருக்கின்றன என்னும் ஜென் கொள்கையின் பலன்தான் தேயிலைத் தத்துவத்தின் முழு லட்சியமும் ஆகும். தாவு மதம் கலை ரசனை இலட்சியங்களுக்கு அஸ்திவாரம் போட்டது. ஜென் மதம் அதைக் காரியத்தில் கொண்டு வந்தது.

தேநீர் பருகும் அறை

கல் செங்கல் வைத்துக் கட்டும் பரம்பரையில் பழகின ஐரோப்பியக் கட்டிடக் கலைஞர்களுக்கு மரக் கட்டையையும் மூங்கிலையும் கொண்டு கட்டும் எங்கள் ஜப்பானிய முறை ஒரு கட்டிடக்கலை என்று கூறுவதற்குத் தகுதியற்றதாகத் தோன்றும். சமீபத்தில்தான் மே;லநாட்டுக் கட்டிடக் கலையில் தேர்ச்சி பெற்ற ஒருவர் எங்கள் பெரிய கோவில்களின் பாராட்டத்தக்க உச்சநிலையைப் பற்றிப் புகழ்ந்திருக்கிறார். எங்கள் உச்சநிலை கட்டிடக் கலையின் நிலைமை அவ்வாறிருக்கும்போது அந்நியர்கள் எங்கள் தேநீர் அறையைப் பற்றியும், அதன் கட்டிட முறையும் அலங்காரமும் மேநாட்டு முறை அலங்காரங்களிலிருந்து முற்றிலும் வேறுபட்டிருக்கும்போது ரசிப்பார்கள் என்று எதிர்பார்க்க முடியாது.

தேநீர் அறை (சுக்கியா) ஒரு சாதாரண குடிசையைத் தவிர வேறொன்றும் இல்லை. நாம் சாதாரணமாய்க் கூறும் கூரைக் குடிசையேதான். சுக்கியா என்பதன் மூல அர்த்தம் கற்பனைக் குடில் விருப்பம் போலக் கற்பனைக்கு உறைவிடம் என்றாகும். பிற்காலத்தில் வெவ்வேறு தேநீர் நிபுணர்கள் தேநீர் அறையைப் பற்றித் தத்தம் கருத்துகளுக்குத் தக்கவாறு வேறு வேறு சீன எழுத்துகளைப் பதில் பொருளாகப் புகுத்தினர். சுக்கியா என்பதன் பதம் குன்னியத்தின் உறைவிடம். அல்லது மாறுபட்டதன் உறைவிடம் என்று பொருள் படும் கவியின் உள்ளத்தாண்டுதலுக்கு உறைவிடமாகக் கொஞ்ச காலம் மட்டும் நிலைத்திருப்பதற்காகக் கட்டப் படுவதால் அதைக்

கற்பனையின் உறைவிடம் என்றும் சொல்லலாம். அந்த முகர்த்தத்திற்கு அவசியமான கலை ரசனையைத் திருபதி செய்வதற்காக மட்டும் அங்கு வைக்கப்படும் பொருளைத் தவிர வேறொரு அலங்காரமும் அங்கு இல்லாததால் அதைச் குன்யத்தின் உறைவிடம் என்றும் கூறலாம். அசம்பூர்ணத்தை வழிபடுவதற்காக வேண்டுமென்றே சிலவற்றை முடிக்காமல் அரைகுறையாய் கற்பனையே பூர்த்தி செய்து கொள்ளட்டும் என்று விடுவதால் அதை மாறுபட்டதன் உறைவிடம் என்றும் சொல்லலாம். தேநீர்த் தத்துவ இலட்சியங்கள் பதினாறாம் நூற்றாண்டிலிருந்து எங்கள் கட்டிடக் கலையை அதிகமாகப் பிரபாவித்ததின் காரணமாக சாதாரண ஜப்பானியர் வீடுகளில் உட்புறம் மிகவும் எளிமையாகவும் அலங்காரத்தில் அடக்கமாகவும் இருப்பதால் அந்நியர்கள் கண்ணுக்கு அநேகமாய் வெறும் அறையாகத் தான் தோன்றும்.

முதன் முதலாகத் தனிப்பட்ட தேநீர் அறை சென்னோ சொயேக்கியால் சிருட்டிக்கப்பட்டது. அவரைப் பொதுவாக அவருடைய பிற்காலப் பெயர் ரிக்கியு என்னும் பெயரால் அறிவார்கள். எல்லாத் தேநீர் நிபுணர்களிலும் சிறந்தவராகவும் பதினாறாம் நூற்றாண்டில் "நத்தோ ஹிதெயோஷிதயின் ஆதரவால் தேநீர்ச் சடங்கின் வழிமுறைகளை வருத்து உன்னத நிலைமைக்குக் கொண்டு வந்தார். தேநீர் அறையின் அளவைகள் முன்னதாகவே பதினைந்தாம் நூற்றாண்டிலேயே புகழ்பெற்ற தேநீர் நிபுணர் சோவோவால் நிர்ணயிக்கப்பட்டிருந்தது. தேநீர் அறை ஒரு சாதாரண ஜப்பான் வீட்டின் வரவேற்பு அறையைத் தேநீர் குழுவிற்காக மறைப்பு தட்டிகளால் ஒதுக்கப்பட்ட பாகமாகவே இருந்தது. அவ்வாறு ஒதுக்கப்பட்ட பாக சுக்கோஸ் (அடைப்பு) என்றழைக்கப்பட்டது. இன்னும் தனியாகக் கட்டாமல் வீட்டின் அங்கமாகவே இருக்கும் தேநீர் அறை அதே பெயரால்தான் அழைக்கப்படுகிறது. சுக்கியா என்பது ஐந்து பேருக்குமேல் போகாமல் உட்காருவதற்குத் தகுதியாக கட்டப்பட்ட தனித்த தேநீர் அறையாகும். ஐந்து என்னும் எண் (மூன்று) "அழகிகளுக்கு அதிகமாகவும் (ஒன்பது) கலைத் தேவதைகளுக்குக் குறைவாகவும்" என்னும் வழக்குச சொல்லைக் குறிப்பிடுவது போலாகும். அந்தத்

தேநீர் அறைக்கு முகப்பு அறை ஒன்றும் (மித்சூயா) தேநீர் பாத்திரங்களைக் கழுவிச் சடங்கிற்குக் கொண்டு வருவதற்கு முன் வைப்பதற்காக ஒன்றும் விருந்தாளிகள் உள்ளே அழைக்கப்படுவதற்கு முன் காத்துக் கொண்டிருப்பதற்கு ஒரு தாழ்வாரம் ஒன்றும் (மச்சியாய்) ஒரு தோட்டப்பாதை (ரோஜி) தாழ்வாரத்திலிருந்து தேநீர் அறைக்குப் போவதற்கு ஒன்றும் இருக்கும். தேநீர் அறை பார்ப்பதற்குக் கவர்ச்சியாய் இராது. அது ஜப்பானிய வீடுகளில் மிகவும் சிறியதைக் காட்டிலும் சிறியதாயும் கட்டுவதற்கு உபயோகிக்கும் பொருட்கள் பண்பாடுடன் ஏழ்மையைக் குறிப்பதற்கு ஏற்றதாகவும் இருக்கும். எனினும் இவையாவும் ஆழ்ந்த கலைக்குரிய முன் போசனையின் பலனாகும். செல்வந்தர்களின் அரண்மனைகள், கோவில்களில் செலவிடும். அக்கறையைவிட அதிகமான கவனத்துடன் தேநீர் அறையின் நுணுக்கங்கள் திட்டமிடப்படும். ஒரு நல்ல தேநீர் அறை சாதாரண மாளிகையைவிட விலை உயர்ந்ததாகும். பொருட்களைத் தேர்ந்தெடுத்தல் ‘வேலைத் திறமை ஒவ்வொன்றும் மிகவும் அக்கறையுடனும் அளவுடனும் செய்ய வேண்டும். உண்மையில் தேநீர் அறையைக் கட்டுவதற்குத் தேநீர் நிபுணர்களால் அமர்த்தப்படும் தச்சர்கள் ஒரு தனி ரகத்தைச் சேர்ந்தவர்கள், தொழிலாளிகளுக்குள் மிகவும் கௌரவமான வகுப்பைச் சேர்ந்தவர்களாவார்கள். அவர்கள் தொழில் நுட்பத்தில் அரக்குப்பெட்டி செய்பவர்களைவிட குறைந்தவரன்று.

தேநீர் அறை மேனாட்டுக் கட்டிடக்கலை நமுனாவிலிருந்து மட்டும் வேறுபட்டதன்று. ஜப்பானிய உச்ச கட்டிடக்கலை நிர்மாணங்களிலிருந்தும் மிக்க வித்தியாசப்படும். எங்கள் கண்ணியமான கட்டிட நிர்மாணங்கள் சமயச் சார்பற்றவைகளும் கோவில்களும் அவைகளுடைய பேருருவத்திலும்கூடக் குறைந்தவையல்ல, மெச்சத்தக்கனவே. நூற்றாண்டுகளாய் நெருப்பினால் பயங்கரமாய் அழிந்து போகாமல் தப்பின. சில இன்றைக்கும் அலங்காரச் சிறப்பிலும் உருவத்திலும் நம்மை அதிர வைக்கத் தவறுவதில்லை. இரண்டிலிருந்து மூன்றடி கனமும் முப்பது நாற்பது அடி உயரமுமான பிரம்மாண்டமான மரத்தூண்கள் சிக்கலான

வளைவு தாங்கிகளால் சாய்வான ஓட்டுக் கூரைகளின் பாரத்தால் முனகிக் கொண்டிருக்கும் பெரிய விட்டங்களைத் தாங்குவதைக் காணலாம். கட்டுவதற்கு உபயோகமான சாமான்களும் கட்டும் முறையும் நெருப்பிலிருந்து தப்ப இயலாதவையானாலும் பூகம்ப அதிர்ச்சிகளைத் தாங்கும் பலமுள்ளதாகவும் நாட்டின் தட்ப வெப்ப நிலைக்கு உகந்ததாகவும் இருந்தன.

ஹொரியூஜி கோவிலின் பொற் சபையிலும் யகுசிஜி கோபுரத்திலும் வெகுகாலம் அழியாமல் இருக்கக்கூடிய மரக் கட்டிடக் கலையின் குறிப்பிடத்தக்க பிரதிகளைக் காணலாம். இந்தக் கட்டிடங்கள் சொல்லப் போனால் சுமார் பன்னிரண்டு நூற்றாண்டுகள் சேதமில்லாமல் நிற்கின்றன. பண்டையக் கோவில்களின், அரண்மனைகளின் உட்புறம் ஏராளமாக அலங்காரச் சிற்பங்கள் நிறைந்திருக்கின்றன. உஜியிலுள்ள ஹீதோ கோவிலில் பத்தாம் நூற்றாண்டிலிருந்த ஆரம்பம் இன்றும் நாம் நுட்ப வேலைப்பாடுள்ள விதானத்தையும் தங்க முலாம் பூசப்பட்டு பல வர்ணங்களாலும் கண்ணாடியும் சிப்பிகளும் பதிக்கப்பட்ட மேற்கட்டியையும் காணலாம். அத்துடன் எஞ்சின சுவரோவியங்களையும் சிற்பங்களையும் காணலாம். முன்னர் சுவர்கள் முழுவதும் பரவி இருந்தவை பிற்காலத்தில் நிக்கோவிலும் கியோடோ நகரிலுள்ள நிஜோ அரண்மனையிலும் கட்டிட அமைப்பின் அழகை மறைக்கும் அலங்காரப் பெருக்கையும் பார்க்கிறோம். இவற்றை அரேபிய நாட்டின் மிகச் சிறந்த கலைகளோடு சமமாக வர்ணத்திலும் எழில் மிகுந்த நுட்பத்திலும் தாராளமாய் ஒப்பிடலாம்.

தேநீர் அறையின் எளிமையும் தூய்மையும் ஜென் மத மடங்களை இலட்சியமாகத் தழுவிக் கட்டப்பட்டதன் பலனாகும். ஜென் மத மடங்கள் மற்ற புத்த மதப்பிரிவின் மடங்களிலிருந்து வித்தியாசப்படுவது, அது சந்நியாசிகளின் தங்கும் விடுதி மட்டும் தான். அதன் கோவில் கூடம் வழிபாடு நடத்துவதற்கோ அல்லது புண்ணிய ஷேத்திரமாகப் போய்வருவதற்கோ அன்று. சந்நியாச மாணவர்கள் கூடி ஆலோசனை நடத்துவதற்கும் தியானம் செய்வதற்கு மட்டுமான கல்லூரிக் கூடமே அது.

அதன் கவிகை மாடத்தில் பீடத்திற்குப் பின்புறம் ஒரு போதி தருமருடைய சிலை (ஸ்தாபகர்) அல்லது புத்தருடைய சிலை காஸ்யபரும் ஆனந்தரும் துணையாக ஜென் கொள்கையின் ஆதித தலைவர்களான பீடத்தின் மேல் இந்த ஞானிகள் ஆற்றின பெரும் பணிக்காக ஞாபகார்த்த மரியாதையோடு வைக்கப்பட்ட மலர்களும் தூபங்களும் இருக்கும். நாம் முன்னமேயே கூறியிருக்கிறோம். ஜென் சந்தியாசிகள் விடாமல் தேநீரைப் போதி தருமரின் சிலைக்கு முன்னால் ஒரே கோப்பையிலிருந்து அருந்திக் கொண்டு நடத்திய சடங்குதான் பின்னர் தேநீர் சடங்கிற்கு அஸ்திவாரமாய் அமைந்தது. அத்துடன் ஜென் கூடத்தின் பீடம் ஜப்பானியர் வீடுகளின் ஒருபுறம் விருந்தினரை மகிழ்விக்க ஓவியமும் மலரும் வைப்பதற்கு ஒதுக்கப்படும் மரியாதைக்குரிய இடத்தின் முன்னோடி ஆகும்.

எங்கள் தேநீர் நிபுணர்கள் யாவருமே ஜென் மாணவர்கள் ஆதலால் ஜென் தத்துவக் கொள்கையை வாழ்க்கை நடைமுறையில் அனுசரிக்க முயற்சி செய்து இருக்கிறார்கள். ஆகையினால் தேநீர் அறையின் மற்ற தேநீர்ச்சடங்கின் துணைப் பொருட்களைப் போன்று ஜென் கொள்கைகளில் பலவற்றைப் பிரதிபலிக்கிறது. வைதிகத் தேநீர் அறையின் அளவு –நாலரைப்பாய் விஸ்தீரணம் அல்லது பத்துப் பத்து சதுர அடி என்பது விக்கிரமாதித்யர் சூத்திரத்தின் ஒரு பக்கத்தில் உள்ளபடி கவனிக்கப்பட்டதாகும். சுவாரஸ்யமான அந்த நூலில் விக்ரமாதித்யர், ரிஷி மஞ்சூஸ்வரியையும் எண்பத்து நாலாயிரம் புத்த சீடர்களையும் இந்த அளவுள்ள அறையில் வரவேற்கிறார். மெய்யாகவே ஞானசித்தி அடைந்தவர்களின் வெளிக்கு எல்லை கிடையாது. மேலும் ரோஜி எனப்படும் தோட்டப்பாதை ‘அவர்கள் எல்லையற்ற வெளியில் உறைபவர்கள்’ என்னும் சித்தாந்தத்தின் அடிப்படையை இந்த உருவகக் கதை உணர்த்துகிறது. ரோஜி எனப்படும் தோட்டப்பாதை வெளியுலகத் தொடர்பை அறுத்து தேநீர் அறைக்குள்ளேயே கலைரசனையின் முழு இன்பத்தை அனுபவிப்பதற்கு அநுகூலமான ஒரு புத்துணர்வை உண்டாக்கும் நோக்கத்தையுடையது.

மச்சியாய் என்னும் தாழ்வாரத்திலிருந்து தேநீர் அறைக்கு இட்டுச் செல்வது தியானத்தின் முதல் படியைக் குறிக்கும். சுய ஞானத்திற்கு வழியாக இந்தப் பாதையில் நடந்த ஒருவர் எக்காலமும் மாறாத பசுமையின் மங்கின மாலை ஒளியில் பைன் மரத்து உலர்ந்த ஊசி இலைகள் பரப்பின இடத்தில் ஒழுங்காக மாறுபட்ட அளவுள்ள, பதிக்கப்பட்ட நடைபாதைக் கற்களின் மேல் கால் வைத்து நடந்து பாசிகள் படர்ந்த கல்தீபங்களைக் கடந்து செல்லும்போதும் தம் உணர்வு சாதாரண சிந்தனைகளுக்கு மேல் வேறு உலகிற்குத் தூக்கப்படுகிறது என்பதை உணராமல் இருக்க முடியாது.

ஒருவர் நகரத்தின் மத்தியில் இருக்கலாம். இருந்தால் நாகரிகத்தின் தூசிக்கும் இரைச்சலுக்கும் அப்பால் வெகுதூரத்தில் ஒரு வனத்தில் இருப்பதாக உணரலாம். அமைதியும் தூய்மையும் நிறைந்த உணர்ச்சியை உண்டாக்குவதில் தேநீர் நிபுணர்கள் தம் முழுத் திறமையைக் காட்டி இருக்கிறார்கள். ரோஜி வழி செல்லும்போது உண்டாகும், எழுப்பப்படும், தூண்டப்படும் உணர்வின் தன்மை அந்தந்த தேநீர் நிபுணரின் தன்மையைப் பொறுத்து மாறுபடும். ரிக்கியு போன்றவர்களின் நோக்கம் தனிமையின் உணர்வை உண்டாக்கியது. ரோஜியை அமைப்பதன் ரகஸியம் கீழ்க்கண்ட கவிதையில் அடங்கியுள்ளது.

"அப்பால் நோக்கினேன்
மலர்களைக் காணோம்
வர்ண இலைகளும் இல்லை
தனித்த ஒரு குடிசை நிற்கிறது
மங்கும் ஒளியில்
முன்பனி மாலையில்"

கொபோரி என்ஷியு போன்ற மற்றவர்கள் வேறு வித உணர்ச்சியைக் கோரினர். என்ஷியு சொன்னார் 'தோட்டப் பாதையின் கருத்து கீழ்க்கண்ட கவிதையில் காணலாம்' என்று.

"வெயிற்கால மரக்குஞ்சம்
கடலின் ஓரம்
மங்கின மாலைமதி"

அவருடைய கருத்தைப் புரிந்து கொள்வதில் சிரமமில்லை. அவர் சிருஷ்டிக்க விரும்பிய உணர்ச்சி ஒரு புதிதாக எழுச்சி அடைந்த ஆத்மா, மறைந்துபோன நிழல் போன்ற கனவில் தயங்கித் திரிந்து கொண்டும் ஒருவித மிருதுவான ஆன்மிக ஒளியின் இனிய மயக்கத்தில் நீராடிக் கொண்டும் அப்பாலுக்கப்பால் இருக்கும் சுதந்திரத்திற்காக ஏங்கிக் கொண்டும் இருப்பது போன்ற உணர்வு.

இவ்வாறு தயாரிக்கப்பட்ட பின் விருந்தினர் மௌனமாக கர்ப்பக்கிருகமான தேநீர் அறையை நெருங்குவார். அவர் ஒரு சமுராய் ஆக இருந்தால், தன் வாளை கூரையின் கீழ்ப்பக்கம் உள்ள தாங்கலில் வைத்துவிட்டுச் செல்வார். தேநீர் அறை எல்லாவற்றிற்கும் மேலாக ஒரு அமைதியின் உறைவிடம் ஆகும். பின்னர் அவர் தாழ்ந்து குனிந்து மூன்று அடிக்குமேல் உயரமில்லாத ஒரு கதவு வழியாகத் தேநீர் அறையில் நுழைவார். இந்தவிதம் செல்வது யாவருக்கும் பொதுவாகும். மேலாளர் தாழ்ந்தோர் எல்லாருக்கும் ஒன்றே – பணிவை உள்ளத்தில் புகுத்துவதற்காக ஏற்பட்ட முறை. யார் முதலில் செல்வது – யாருக்குப்பின்னர் யார் என்பது தாழ்வாரத்தில் காத்திருந்தபோதே தீர்மானிக்கப்பட்டு சந்தடியில்லாமல் நுழைந்து தத்தம் இருக்கையில் அமர்வர். அதற்கு முன்னர் பீடத்திலுள்ள படத்திற்கும் மலர்களுக்கும் தாழ்ந்து வணக்கம் செலுத்துவர். விருந்து கொடுப்பவர் எல்லாவிருந்தினரும் தத்தம் இருக்கையில் அமரும் வரை, முழு அமைதி நிலவும் வரை, இரும்புக் கெட்டில் உள்ளே கொதிக்கும் வெந்நீரின் சப்தத்தைத் தவிர அமைதியைக் கலைப்பதற்கு வேறெதுவும் இல்லை என்னும் வரை, நுழைய மாட்டார். கெட்டில் நன்கு பாடும். அதற்குத் தகுந்தாற் போல் கெட்டிலின் உள்ளே சில இரும்புத் துண்டுகள் வைக்கப்படுவதால் அற்புதமான ஒருவித ராகம் எழும்பும். மேகங்களால் மறைக்கப்பட்ட நீர் வீழ்ச்சியின் சப்தம் போலும், தூரத்துக் கடற்கரையில் அலைகள் பாறைகளின் மேல் மோதுவது போன்றும், அல்லது துரத்து மலைச் சரிவில் பைன் மரங்கள் காற்றில் அசைவது போன்றும் விதவிதமான சப்தம் கேட்கலாம்.

சரிவான கூரை, சூரிய ஒளி நுழையாதவாறு தாழ்வாயிருப்பதால் பகலிலும் தேநீர் அறைக்குள் மங்கலான வெளிச்சம் தான் இருக்கும். ஒவ்வொன்றும் நிறத்தில், கூரை யிலிருந்து தரைவரை, எல்லாம் அடக்கமானதாயிருக்கும். விருந்தினர்களும் தம் உடைகளைப் பகட்டில்லாமல் தேர்ந்தெடுத்திருப்பார்கள்.

எங்கும் வயதின், பழமையின் முதிர்ச்சியைக் காணலாம். தண்ணீர் ஊற்றும் மூங்கிற் கரண்டியும் துணித்துவாலையும் மிகவும் புதிதாகவும் வெள்ளையாகவும் இருக்கும். இந்த இரண்டைத் தவிர மற்றெல்லாம் பழமையைத் தான் குறிக்கும். புதியதோ சமீபத்தில் வாங்கினதோ எதுவும் கண்டிப்பாய் இருக்கக்கூடாது. தேநீர் அறையும் சாமக் கிரியைகளும் எவ்வளவு தான் மங்கிப் போயிருந்தாலும் மிக மிகச் சுத்தமாயிருக்கும். அறையின் இருள் நிறைந்த மூலை யிலாகிலும் எந்த விதமான தூசியைப் பார்க்க முடியாது. அவ்வாறு தூசி இருக்குமானால் விருந்து கொடுப்பவர் தேநீர் நிபுணராகக் கருதப்பட மாட்டார். நிபுணர் தெரிந்திருக்க வேண்டியவற்றில் முதலிடம் பெறுவது அவர் கூட்டிப் பெருக்குவது; துடைக்கவும், துவைக்கவும், கழுவவும் நன்கு தெரிந்தவராயிருக்க வேண்டும். ஏனென்றால் தூசியைத் துடைப்பதிலும் கழுவுவதிலும் சுத்தம் செய்வதிலும் கலை இருக்கிறது. டச்சு மாதர்கள் தயக்கமில்லாமல் ஒரு பண்டைய வெங்கலக் கலைப் பொருளைப் பளபளப்பாக்கும் ஆர்வத்தோடு தேய்ப்பது போன்று செய்யக்கூடாது. மலர் ஜாடியிலிருந்து சொட்டும் தண்ணீரைத் துடைக்கக்கூடாது. ஏனென்றால் அது நீர்த்துளியையும் குளிர்மையையும் குறிக்கும்.

இது சம்பந்தமாக ரிக்கியுவின் ஒரு கதை இருக்கிறது. அது தேநீர் நிபுணர்களின் சுத்தத்தைப் பற்றிய கருத்துகளை நன்கு விளக்குகிறது. ரிக்கியுவின் மகன் ஷோவான் தோட்டப் பாதையைக் கூட்டிப் பெருக்கி விட்டுத் தண்ணீர் தெளித்துக் கொண்டிருந்தான். அவன் வேலையை முடித்ததும் ரிக்கியு "சுத்தம் போதாது" என்று மறுபடியும் செய்யச் சொன்னார். ஒரு மணி கழித்து மகன் அலுத்துப் போய் தந்தையை

நோக்கி "அப்பா! அதிகமாய்ச் செய்வதற்கு ஒன்றும் இல்லை. படிகள் மூன்றாம் தடவையாகக் கழுவப்பட்டு விட்டன. கல் விளக்குகளும் செடிகளும் வேண்டிய அளவு தண்ணீர் தெளிக்கப்பட்டு இருக்கின்றன. பாசிகளும் மரப்பாசிகளும் புதிய பசுமையுடன் காட்சி அளிக்கின்றன. ஒரு குச்சியோ இலையோ இல்லாதவாறு தரையை நான் பெருக்கிவிட்டேன்" என்றான். தேநீர் நிபுணர் அதைக் கேட்டு மகனைப் பார்த்து "போடா முட்டாள் பயலே, தோட்டப் பாதையைப் பெருக்குவது அந்த முறையல்ல" என்று திட்டினார். திட்டிவிட்டுத் தாமே தோட்டத்திற்குள் நுழைந்து ஒரு மரத்தை ஆட்டி பொன் நிறமும் சிவப்பு நிறமுமான இலைகளை, இலையுதிர் காலத்தின் அழகைத் துலக்கும் ஜரிகைத் துண்டுகளை நாற்புறமும் விழும்படி உலுக்கினார். ரிக்கியு சொன்னது சுத்தம் மட்டுமன்று; அழகையும் இயற்கையையும் விரும்பினார்.

'கற்பனையின் உறைவிடம்' என்னும் பெயரே ஒரு தனித்த கலை, ருசியின் தேவையைப் பூர்த்தி செய்வதற்கான அமைப்பு என்றாகிறது. தேநீர் அறை தேநீர் நிபுணருக்காகக் கட்டப்பட்டது. தேநீர் அறைக்காகத் தேநீர் நிபுணரல்ல. அது பின் சந்ததிகளுக்காகக் கட்டப்படவில்லை. ஆகையின் அது அநித்யம். ஒவ்வொருவருக்கும் ஒரு வீடு அவசியம் என்பது ஜப்பானிய ஜாதியினர் வழக்கத்தின் சிந்தோ மூடப் பழக்கத்தின் அதாவது ஒவ்வொரு வீடும் அதில் வசிக்கும் முக்கியஸ்தரின் மரணத்திற்குப் பின் காலி செய்யப்பட வேண்டும் என்னும் நம்பிக்கையின் அடிப்படையில் வளர்ந்தது. ஒருக்கால் தெரியாத ஒரு சுகாதார காரணத்திற்காகவும் இந்த வழக்கம் இருந்திருக்கலாம். வேறொரு வழக்கமும் இருந்தது. புதிதாக திருமணமான தம்பதிகளுக்குப் புதியதாக கட்டின வீடு ஒன்று தர வேண்டும். இந்த மாதிரியான வழக்கங்களினால் தான் பழங்காலத்தில் அரசுத் தலைநகர்கள் அடிக்கடி ஒரு இடத்திலிருந்து மற்றோர் இடத்திற்கு மாற்றப்பட்டு வந்தன என்பது தெரிகிறது. சூரிய தேவதையின் திருக்கோவில் இசே தேவாலயம் இருபதாண்டுகளுக்கு ஒருமுறை திரும்பக் கட்டப்படும் வழக்கமும் பழைய சடங்குகள் இன்றைக்கும் நடந்து வருகின்றன என்பதற்கு ஒரு உதாரணமாகும்.

இம்மாதிரியான வழக்கங்களைக் கடைப்பிடிப்பதற்குச் சாதகமாயிருந்தது எங்களுடைய மரக்கட்டிட அமைப்புமுறை தான் என்று சொல்லலாம். வேண்டும்போது இலகுவில் தகர்த்துவிடவும் இலகுவில் திரும்பக் கட்டவும் இயலுகிறது. இதை விட நிலையான கட்டிடங்கள், செங்கல், கல் முதலியவற்றை உபயோகித்துக் கட்டினவை மக்கள் இடம் பெயர்வதற்கு முட்டுக் கட்டையாய் இருந்திருக்கும். பிற்காலத்தில் நாரா காலத்திற்குப் பின் சீனர்களைத் தழுவி நாங்கள் கட்டின பலமான பெரிய மரக் கட்டிடங்கள் அவ்வாறே முடிந்தன.

பதினைந்தாம் நூற்றாண்டில் ஜென் தனித்துவம் தலை தூக்கினதும் பழைய கருத்துகள் ஆழ்ந்த அர்த்தத்துடன் எடுத்துக் கொள்ளப்பட்டன. தேநீர் அறை அமைப்பில் கற்பனை செய்யப்பட்ட விதம் ஜென் மதம் புத்தமதக் கொள்கையின் நிலையற்ற தன்மையை அனுசரித்து “உடலை விட ஆத்மாதான் பெரிது” என்னும் தத்துவப் பிரகாரம் வீட்டை உடலின் தற்காலிக இடமென்றே ஏற்றுக் கொண்டது. உடலும் பாலைவனத்தில் ஒரு குடிசை போன்று அருகில் கிடைக்கும் புற்களைச் சேர்த்து கட்டின நொய்ந்த குடிசை, கட்டவிழ்ந்து போனால் திரும்பவும் அப்புற்கள் மூலக் குப்பையோடு ஒன்றாகி விடும். தேநீர் அறையில் புற்கூரையைக் கொண்டு நிலையற்ற தன்மையை உணர்த்துகிறோம். லேசான மெல்லிய தூண்களும் லேசான மூங்கில் தாங்கல்களும் போன்றே சாதாரணப் பொருட்களை உபயோகிப்பதினால் அதிக அக்கறை காட்டாததையும் உணர்த்துகிறோம். அழியாததை நிலையானதை நாம் இத்தகைய எளிய வஸ்துக்களாலான சுற்றுப்புறங்களில் அமைத்தும் அவற்றை நுண்ணிய பண்பினால் அழகு படச் செய்வதுமான ஒரு நிலையில் தான், ஆன்மிகத்தில்தான் காண முடியும்.

கலை வீரியம், உயிர்ப்பு நிறைந்ததாக இருக்க வேண்டும் என்னும் கருத்தை வற்புறுத்தும் நோக்கத்தினாலே தான் தேநீர் அறை ஒரு தனித்துவ ருசிக்கு உகந்தவாறு அமைக்கப்பட வேண்டும் என்கிறோம். கலை முற்றிலும் ரசிக்கப்பட

வேண்டுமானால் நிகழ் காலத்து வாழ்க்கையின் மெய்மையைப் பிரதிபலிப்பதாக இருக்க வேண்டும். இதனால் நாம் இறந்த காலத்தின் மகிமையைப் புறக்கணிப்பதாக நினைக்கக் கூடாது. நாம் வலியுறுத்த விரும்புவது நாம் நிகழ் காலத்தை அதிகாக ரசித்து மகிழ வேண்டுமென்பதே. கண்மூடித் தனமாய் பரம்பரை முறைகளுக்கு அடிமையாவது கட்டிடக் கலையில் தனித்துவம் பிரகாசிப்பதில் முட்டுக் கட்டைகளாக அமைகிறது. நவீன ஜப்பானில் நாம் காணும் மேற்கு நாட்டுக் கட்டிடங்களின் அர்த்தமற்ற காப்பிகளுக்காக நாம் நொந்து கண்ணீர் விடத்தான் வேண்டும். மிகவும் முன்னேறிய சில மேற்கு நாடுகளின், கட்டிடக் கலையில் சற்றும் கற்பனையாற்றல் தனித்துவம் இல்லாமலும் காலங் கடந்த பாணிகளைத் திரும்பத் திரும்ப காப்பியடித்திருப்பதையும் கண்டு நாம் ஏனோ என்று ஆழ்ந்து ஆச்சரியப்படுகிறோம். ஒரு கால் கலையை ஜனநாயகம் ஆக்கும் காலத்தின் நடுவே நாம் கடந்து கொண்டிருக்கிறாமோ?! ஒரு இளவரச நிபுணர் தோன்றி புதிய ராஜ்யத்தை ஸ்தாபிக்கும் நன்னாளை எதிர்நோக்கிக் காத்துக் கொண்டிருக்கிறாமோ? அவ்வாறெனில் நாம் முன்னோர்களை அதிகமாக நேசித்தும் அவர்களைக் குறைவாகக் காப்பியடித்தும் செல்ல வேண்டும். கிரேக்கர்கள் தலை சிறந்து விளங்குவதற்குக் காரணம் அவர்கள் பண்டைக் கலைகளை எப்பொழுதும் காப்பியடித்ததில்லை என்று சொல்லப் படுகிறது.

"வெறுமைக்கு உறைவிடம்" என்பது தாவுத் தத்துவப் பிரகாரம் எல்லாவற்றையும் தன்னுள் அடக்கியது என்னும் கருத்தை வெளிப்படுத்துவதுமின்றி அலங்கார உட்கூறுகள் எப்பொழுதும் மாறிக் கொண்டே இருக்க வேண்டும் என்னும் கருத்தையும் கொண்டிருக்கிறது. தேநீர் அறை, அங்கு கலை உணர்வை திருப்தி செய்வதற்காகத் தற்காலிகமாய் வைக்கப்படும் ஒரு சிலவற்றைத் தவிர முற்றிலும் வெற்றிடம் என்றே சொல்ல வேண்டும். அந்த நிகழ்ச்சிக்கு உரியதாக ஒரு சிறந்த கலைப் பொருள் ஒன்று கொண்டு வைக்கப்படும். மற்ற ஒவ்வொன்றும் தேர்ந்தெடுக்கப்பட்டு முக்கிய நோக்கத்தை மேலும் அழகுபடுத்துவதற்காகவே உரிய இடத்தில் வைக்கப்படும் சங்கீதத்தில் பல ராகங்களை ஒரே சமயத்தில்

கேட்டு ரசிக்க இயலாது. ஒரு முக்கியமான நடுமையை வகிக்கும் ஒன்றின் மேல் முழுக்கவனம் செலுத்தினால்தான் கலையை உண்மையாக நன்கு ரசிக்க முடியும். ஆகவே மேல்நாடுகளில் வீடுகளுக்கு உட்புறம் பொருட்காட்சி சாலையே போன்று பொருட்களால் நிரப்பப்பட்டிருப்பது போலல்லாமல் தேநீர் அறையின் அலங்காரமுறை முற்றிலும் வேறுபட்டது என்பதைக் காணலாம். எளிய முறை அலங்காரத்தோடும் அடிக்கடி புதிய கலைப் பொருளைக் கொண்டு மாற்றி அமைக்கும் முறையோடும் பழகின ஜப்பானியருக்கு மேற்கு நாடுகளில் வீட்டின் உட்புறம் கணக்கற்ற படங்களாலும் சிற்பங்களாலும் தட்டு முட்டுச் சாமான்களாலும் எப்பொழுதும் நிரப்பப்பட்டிருப்பது கீழ்த்தரமான ருசியுடன் செல்வத்தைக் காட்ட விரும்பும் பண்பு கெட்ட நிலைமையையே வெளிப்படுத்துவது போல் தோன்றுகிறது. ஒரு கலைச் செல்வத்தை விடாமல் முன்னால் வைத்து ரசித்துக் கொண்டிருப்பதற்கு எவ்வளவு பெரிய ரசிக்கும் திறம் வேண்டும் என்பதை நினைக்கும்போது எப்பொழுதும் விடாமல் நாட் கணக்கில் ஆண்டுக் கணக்கில் கணக்கற்ற வர்ணங்களாலும் வடிவங்களாலும் ஆன குழப்பத்தில் வாழ்பவர்களுக்கு எவ்வளவோ கலை உணர்ச்சியின் திறமை எல்லையற்றதாகத் தான் இருக்க வேண்டும் இதைத்தான் ஐரோப்பிய அமெரிக்க வீடுகளில் நாம் காண்கிறோம்.

மாறுபட்ட அமைப்பிற்கு உறைவிடம் என்பது எங்கள் அவங்காரத் திட்டத்தின் இன்னுமொரு விஷயத்தை உணர்த்துகிறது. ஐப்பானியக் கலைப் பொருட்களில் ஒரு பக்கத்தில் உள்ளது போல் எதிர்ப் பக்கத்தில் அதாவது இடது புறத்தில் உள்ளது போல் வலது புறத்தில் சமமாக இல்லாதது பற்றி அடிக்கடி மேற்கு நாட்டு விமர்சகர்கள் குறிப்பிட்டிருக்கிறார்கள், இதுவும் தாவு இலட்சியங்களை ஜென் மதம் கையாண்டதன் பலன்தான் எனலாம். கன்பூசியஸ் மதம் அதன், ஆழ்ந்த துவைதக் கொள்கையின் காரணமாகவும் வட சீனா புத்தமதம் தன் மும்மூர்த்தி வழிபாட்டின் காரணமாகவும் இரு பக்கத்திலும் ஒரே விதமாக அமைக்கும் முறையை எதிர்க்கும் தத்துவம் இல்லாதவர்கள்

சொல்லப்போனால் பண்டைய சீனாவின் வெண்கலச் சிலைகளையும், டாங் அரசர் குலக் காலத்து 'நாரா' காலத்து மதத் தொடர்புள்ள கலைப் பொருட்களையும் கவனிப்போமானால் பக்க சமத்துவத்திற்கு விடாமல் முயலுவதைக் காணலாம்.

எங்கள் வரலாற்றுச் சிறப்பு உச்ச காலத்து கட்டிட உட்பக்கத்து அலங்காரங்கள் நிஜமாகவே 'ரெகுலர்' ஒன்றுபோல் ஒழுங்கைத் தழுவினவைகளே. ஆனால் தாவு ஜென் தத்துவங்களின் முழுமையைப் பற்றிய கருத்து வேறுபட்டதாகும். அவர்கள் தத்துவத்தின் ஆற்றல் வாய்ந்த தன்மை, முழுமையை அடைவதைக் காட்டிலும் முழுமையை அடைவதற்கான முறையின் மேல் அதிகக் கவனம் செலுத்தத் தூண்டிற்று. அரை குறையை, முடிக்கப்படாததை உள்ளத்தால் முடிவாக்க முடிந்தவனாலே தான் அழகின் உண்மையான சொரூபத்தைக் கண்டுபிடிக்க முடியும். வாழ்க்கையிலும் கலையிலும் வீரியம் என்பது அதன் வளர்ச்சி சாத்தியத்தில் தான் இருக்கிறது. தேநீர் அறையில் ஒவ்வொரு விருந்தினரும் தத்தம் கற்பனைக்கேற்றவாறு தன் நிலையில் மொத்தத் தோற்றத்தை உள்ளத்தால் பூர்த்தி செய்து கொள்ள விடப்படுகிறது. ஜென் மதச் சிந்தனை உலகில் செல்வாக்குப் பெற்று விளங்குவதால், கிழக்குக் கோடி நாடுகளின் கலையும் வேண்டுமென்றே சம ஒழுங்கு அமைப்பு கூடாது என்பதைக் குறிப்பது மட்டுமன்று, திரும்பத் திரும்ப அதையே செய்வதையும் கண்டிக்கிறது. அலங்கார வடிவத்தில் ஒன்றுபோல் அமைப்பது கற்பனையின் புதுமையைக் கொன்றுவிடும் என்று கருதப்பட்டது. ஆகையால் கலைஞர்களுக்கு நிலக்காட்சி, பறவைகள், மலர்கள் மனித உருவத்தைவிட வரைவதற்குப் பிரியமான பொருட்களாகின. வரையும் கலைஞனிடம் மனித உருவம் இருப்பதால் ஏற்கனவே நாம் அடிக்கடி நம்மைத் தான் பார்க்கிறோம். தற்பெருமை இருந்தும் தன்னைத் தானே போற்றுவது புளிப்புத் தட்டி விடும்.

தேநீர் அறையில் ஒன்றைப்போலவே மற்றொன்றைச் செய்வதைப் பற்றிய பயம் எப்பொழுதும் நிகழும். அறையில்

அலங்காரத்திற்காகத் தேர்ந்தெடுக்கப்படும் பொருட்களில் ஒரே வர்ணத்தை உடையவைகளையோ, ஒரே வடிவத்தை உடையவைகளையோ திரும்பத் தேர்ந்தெடுக்கக் கூடாது. உண்மையான மலர் ஒன்று வைக்கப்பட்டால் மலரின் படம் வைக்கக்கூடாது. வட்ட வடிவமான கெட்டிலை உபயோகித்தால் தண்ணீர்க்குடம் கோணமுள்ளதாக இருக்க வேண்டும். கருப்பு கிளேஸ் உள்ள கிண்ணத்துடன் கருப்பு நிற அரக்குத் தேயிலைப் பெட்டியை வைக்கக்கூடாது. மாடக் குழியில் மலர் ஜாடியோ ஊதுபத்தியோ வைப்பதில் அந்த இடத்தில் நடுமத்தியில் வைத்தால் அந்த இடத்தை சமபாதியாகப் பிரிக்கிறது. அது கூடாது. மாடக் குழியின் மரத்தூண், அறையின் மற்ற மரத்தூண்களிலிருந்து வேறுபட்டதாய் இருக்க வேண்டும். அதனால் அறையின் ஒரே விதத்தன்மை மாறுபடுவதை உணர்த்தும்.

மேலும் மேலைநாடுகளிலிருந்து ஜப்பானியர் உட்புற அலங்கார முறை வித்தியாசப்படுகிறது. அடுப்பங்கரை அடுக்குகளிலும் மற்ற இடங்களிலும் வரிசையாக ஒன்றுபோல் சாமான்களை அடுக்கும் விஷயத்தில் மேற்குநாடு வீடுகளில் அநாவசியமாக ஒன்றையே திரும்பத் திரும்ப பார்க்கும் அலுப்பு நிலை ஏற்படுகிறது. ஒருவரோடு பேசிக் கொண்டிருக்கும்போது அவருடைய முழு அளவு உருவப்படம் அவர் பின்புற மிருந்து நம்மை உற்றுப் பார்க்கிறது. எது நிஜம்? படத்திலுள்ள அவரா அல்லது நம்மோடு பேசிக் கொண்டிருக்கும் அவரா? இரண்டிலொன்று போலியெனும் அற்புத உணர்ச்சி நம்மை உறுத்துகிறது. பன்முறை உற்சவ விருந்து மேசைக்கு முன்னர் உட்கார்ந்து சுவர்களில் உணவுச் செருக்கின் பிரதிபலிப்பைக் கண்டு, நம் ஜீரணத்தை ரகசியமாகத் தாக்குவதைச் சிந்திக்கிறோம். வேட்டையிலும் விளையாட்டிலும் பலியான மிருகங்களின், பறவைகளின், மீன்களின் படங்களும்; மீன்களின், பழங்களின் நுண்ணிய செதுக்கு வேலைப்பாடுகளும் எதற்காக? குடும்பத் தகடுகளைத் தெரியும்படி ஏன் தொங்கவிடுகிறார்கள்? முன்னர் அங்கு உணவருந்தினவர்களையும் இறந்தவர்களையும் ஏன் நமக்கு நினைப்பூட்ட வேண்டும்.

தேநீர் அறையின் எளிமையும் கீழ்த்தர ருசியின் ஆபாசத்திலிருந்து விடுதலையும் வெளியுலக எரிச்சலிலிருந்து தப்பித்துக் கொள்வதற்கு அதை ஒரு புனிதமான பாதுகாப்பு இடமாக ஆக்குகிறது. அங்குதான், அந்த ஒரே இடத்தில் தான் அழகைப் புகழ்வதற்கு, பூஜிப்பதற்கு எந்தவிதமான தொந்தரவுமின்றி தன்னை அர்ப்பணிக்க முடியும்.

பதினாறாம் நூற்றாண்டில் ஜப்பானை ஒன்றுபடுத்தி புனர்நிர்மாண வேலையில் ஈடுபட்டிருந்த அரசியல் தலைவர்களுக்கும், பயங்கர போர் வீரர்களுக்கும் விரும்பும் அமைதி பெற நல்வரவுடன் இடமளித்தது இந்தத் தேநீர் அறை. பதினேழாம் நூற்றாண்டில் தொக்குகாவா ஆட்சியில் கண்டிப்பான சட்ட திட்டங்கள் தயாரான பின்னர் தேநீர் அறை ஒன்று தான் கலைஞர்கள் தம் கருத்துகளை சுதந்திரமாய்ப் பரிமாறிக் கொண்டு ஆத்மீக உறவு கொள்வதற்கு ஒரே உகந்த வாய்ப்புக் கொடுத்தது என்று சொல்லலாம். சிறந்த கலைச் சிருஷ்டிக்கு முன்னர் சிற்றரசர் – ஜமீன்தார், சமுராய் (ஷத்ரியர்) சாதாரண மனிதன் என்று பாகுபாடு கிடையாது.

இன்றைய தொழில்வள நாகரிகம் நாளுக்கு நாள் உலகம் முழுவதும் உண்மையான பண்பாட்டிற்கான அவகாசத்தைக் கடினமாக்கிக் கொண்டிருக்கிறது. இந்நிலையில் தேநீர் அறையின் தேவையை என்றைக்கும் மேலாக இன்று நாம் உணரமாட்டோமா?

கலையை ரசித்தல்

வீணையை வசப்படுத்துதல் என்னும் தாவு மதக் கதையொன்றைக் கேள்விப்பட்டிருக்கின்றீர்களா?

முன்னொரு காலத்தில் லுங்மென் பள்ளத்தாக்கில் காட்டிற்கே ராஜாவாக நின்றுகொண்டிருந்தது 'கிரி' என்னும் மரம் ஒன்று. ஆகாயத்திலுள்ள தாரகைகளோடு பேசுவதற்கோ என வானளாவத் தன் தலையைத் தூக்கி நின்றது. அதன் வேர்களோ பூமியில் ஆழமாகச் சென்று தன் தங்கக்கம்பிச் சுருள்களைப் பாதாளத்திலுறையும் டிராகன் பூதத்தின் வெள்ளிக்கம்பிச் சுருள்களோடு கலந்து உறவாடியது. நாளடைவில் வல்லமை மிக்க மந்திரவாதி ஒருவர் இந்த மரத்தினால் அற்புதமான வீணையொன்றைச் செய்தார். இவ்வீணையின் பிடிவாதமான ஆத்மாவை வசப்படுத்தி இனிய ஒலியை எழுப்ப வைப்பது சாதாரண சங்கீத வித்வான்களால் இயலாத காரியம். மிகமிகப் பெரிய வித்வானால்தான் அது இயலும். வெகுகாலம் வரை இவ்வீணையை சீனாவின் சக்ரவர்த்தி ஒரு பொக்கிஷமாகக் காப்பாற்றி வந்தார். எனினும் ஒருவர் பின் ஒருவராய் எத்தனையோ வித்வான்கள் முயற்சி செய்தும் இந்த வீணையின் கம்பிகளை மீட்டி ஒலிக்க வைக்க இயலாது தோற்றுப் போயினர் என்னதான் முயன்றாலும் அந்தக் கம்பிகளிலிருந்து தாங்கள் பாட விரும்பும் சங்கீதத்துக்கு ஒத்துவராத காதுக்கு அருவருப்பான சப்தம்தான். கிளம்பும் அந்த வீணையானது வித்வானுக்குப் பணிய மறுத்தது.

இறுதியில் வீணை வித்வான்களுக்கே மன்னரான பெய்லோ வந்தார். மிருதுவான விரல்களால் வீரணையைத் தடவிக்கொடுத்தார். அடங்கா குதிரையொன்றைத் தடவிக் கொடுத்து வசப்படுத்துதல் போன்று வீணையின் கம்பிகளை மிருதுவாகத் தொட்டார். இயற்கையைப் பற்றியும், பருவங்களைப் பற்றியும், மலைச்சிகரங்களைப் பற்றியும் ஓடும் அருவிகளைப் பற்றியும் அவர் பாடினார். மரத்தின் பழைய நினைவுகள் யாவும் உயிர் பெற்றெழுந்தன. வசந்த காலத்து இனிய தென்றல் மறுபடியும் அதன் கிளைகளில் வீச ஆரம்பித்தது. இளைய நீர் வீழ்ச்சிகள் பள்ளங்களை நோக்கி நடனமாடித் தாவும் போது, அரும்பும் மலர்களோடு சிரித்தன. மேலும் வெய்யில் காலத்து கனவுக் குரங்குகளோடு ஆயிரம் பூச்சிகளின் ரீங்காரங்களும், கலந்தன. மழையின் மெதுவான ஓசையும், குயிலின் ஓலமும் சேர்ந்தது.

அதோ! புலி உறுமுகிறது. பள்ளத்தாக்கு எதிரொலிக்கிறது. முன்பனிக்காலம்; நிசப்த இரவில் பனிநீர் படிந்த புல்லின் மேல் வாளைப் போன்று கூர்மையாக நிலவொளி மின்னுகிறது. இனி பனிக் காலம் குடிகொள்கிறது. பனிசொரியும் ஆகாயத்தில் வேகமாய்ப் பறந்து போகின்றன அன்னப் பறவைகளின் கூட்டம். மரக் கொப்புகளை நோக்கி பனிக் கட்டி மழை இரைச்சலுடன் இன்பமாகப் பாய்கிறது.

பின்னர் பெய்வோ சுரத்தை மாற்றினார். காதலைப் பற்றிப் பாடினார். ஆர்வம் மிக்க நாட்டுப் புறக் காதலன் ஆழ்ந்த சிந்தனையில் மூழ்கினாற் போல வானமே ஊசலாடியது. மேலே இறுமாப்பு நிறைந்த அணங்கைப் போல் அழகிய வெண்மேகம் ஒன்று மிதந்து செல்கிறது. செல்கையில் கீழே தரையின் மேல் ஏமாற்றத்தையொத்த கரிய நிழல்களைப் பரப்பிச் செல்கிறது. திரும்பவும் பாணியை மாற்றுகிறார். போரைப் பற்றி பெய்வோ பாடத் தொடங்கினார். வாள்களின் ஒலியும், குதிரைகளின் குளம் பொலியும் இரைகின்றன. வீணையில் லூங்மென் காட்டுப்புயல் கிளம்பிற்று. டிராகன் மின்னலின் மேல் சவாரி செய்தது. இடியையொத்த பனிப் பாறைகள் மலைச் சரிவில் நொறுங்கின. ஆனந்த பரவசத்தில் ஆழ்ந்த மன்னர் பெய்வோவை அவர் வெற்றியின் ரகசியம்

எதுவென்று வினவினார் "மன்னரே, மற்ற வித்வான்கள் தோல்வி அடைந்ததற்குக் காரணம் அவர்கள் தங்களைப் பற்றியே பாடினார்கள். நானோ வீணைக்கே விட்டு விட்டேன் தன் விருப்பப்படி பாடட்டுமென்று, வீணைதான் பெய்வோவா, அல்லது பெய்வோ தான் வீணையா என்பது எனக்கே 'தெரியாது" என்று பதிலளித்தார்.

கலையை ரசிக்கும் விந்தையின் ரகசியத்தை இந்தக் கதை நன்கு விளக்குகிறது. நம் மிக நுண்ணிய உணர்ச்சிகளைக் கொண்டு ஆக்கிய இசைச் சிருஷ்டியே இந்த சிம்பொனி. உண்மையான கலை பெய்வோ ஆவார். நாம் லுங்மென் மரத்து வீணையாவோம். அழகின் மந்திரக்கோல் நம் மெய்மையின் ரகசியக் கம்பிகளைத் தொடுவதால் நாம் உடல் சிலிர்த்து அதற்கு பரவசப்படுகிறோம். உள்ளம் உள்ளத்தோடு உரையாடுகிறது. சொல்லப்படாததை நாம் கேட்கிறோம். கண்ணுக்குப் புலப்படாததை நாம் காண்கிறோம். வித்வான் நமக்கே தெரியாத சுரங்களைச் சிருஷ்டிக்கிறார். வெகுகாலம் மறந்து போன நினைவுகள் புதிய அர்த்தத்தோடு நமக்கு முன்னர் திரும்பவும் வந்து நிற்கின்றன. பயத்தினால் அமிழ்ந்து போன நம்பிக்கைகள், நாம் ஏற்றுக்கொள்ளப்படுகிற ஆர்வங்கள் நம் முன்னர் புத்தொளி கொண்டு நிற்கின்றன. நம் உள்ளம்தான் வரையும் திரை. அதன் மேல் கலைஞர்கள் வர்ணங்களைத் தடவுகிறார்கள். நம் உணர்ச்சிகள்தான் அவர்களின் வர்ணங்கள், இன்பத்தின் ஒளியும், துக்கத்தின் நிழலும்தான் படத்தின் ஒளி நிழல்கள். நம்மைக் கொண்டு பிறந்ததுதான் கலை, நாமே கலை சிருஷ்டி முழுவதும் நிறைந்துள்ளோம்.

கலை ரசித்தலுக்கு அவசியமான உள்ளங்களின் அன்பு உறவு, ஒருவருக்கொருவர் விட்டுக் கொடுக்கும் அடிப்படையில்தான் அமைய வேண்டும். கலைச் சிருஷ்டியைப் பார்ப்பவர் அது அறிவிக்கும் செய்தியை ஏற்றுக்கொள்ளும் மனப்பான்மையை வளர்க்க வேண்டும். கலைஞரும் அச் செய்தியைச் சரியாகச் சொல்லும் திறமை பெற்றவராக இருக்க வேண்டும்.. தேநீர் நிபுணர் கொபோரி என்சியூ. தாமே ஒரு சிற்றரசர். அவர் கீழ்க்கண்ட நினைவுக்குரிய

வார்த்தைகளை நமக்குச் சொல்கிறார், "நாம் மன்னரை எவ்வாறு அணுகுகிறோமோ அவ்வாறே சிறந்த ஓவியம் ஒன்றை அணுக வேண்டும்." ஒரு கலை சிருஷ்டியை உணர வேண்டுமானால் அதற்கு முன்னர் பணிவுடன் அமர்ந்து மூச்சுக் காட்டாமல் அமைதியாய் அது கூறும் செய்திக்காக கிஞ்சித்தேனும் காத்து இருக்க வேண்டும். ஒரு தலைசிறந்த ஸுங் விமரிசகர் ஒரு முறை அற்புதமான தம் குற்றத்தை ஒப்புக்கொண்டார். அவர் சொன்னார். "என் இளம்பிராயத்தில் எனக்குப் பிரியமான படங்களை வரைந்த கலைஞரைப் புகழ்ந்தேன். பின்னர் என் மதிப்பிடும் திறன் முதிர்ச்சியடைந்ததும் கலைஞர்கள் என்னை எதை விரும்ப வேண்டுமென்று கோரினார்களோ, அதை விரும்பியதற்காக என்னையே மெச்சிக் கொண்டேன்" என்று.

நம்மில் ஒரு சிலரே கலைஞர்களின் உள்ளத்து உணர்ச்சிகளை அறிய சிரமம் எடுத்துக் கொள்கின்றனர் என்பது வருந்தத்தக்க விஷயமாகும். நம் பிடிவாதமான அறியாமையால் அவர்களுக்கு இந்தச் சிறிய மரியாதையும் நாம் செலுத்த மறுக்கிறோம். அதனால் நம் கண் முன்னர் பரிமாறப்பட்டிருக்கும் அழகின் செறிந்த விருந்தைச் சுவைக்கத் தவறுகிறோம். தம் கலை சிருஷ்டியின் மூலமாகக் கலைஞர் எப்பொழுதுமே ஏதாவது ஒன்றை வழங்குகிறார். நாமோ நமக்கு கலையை ரசிக்கும் திறன் இல்லாததாலேயே பட்டினியாய்த் திரும்புகிறோம்.

அன்பும் கனிவும் நிறைந்த ஒருவருக்கு கலை சிருஷ்டி ஒரு உயிருள்ள சத்தியமாகிறது. அது அவரை தோழமை உறவால் தன் பக்கம் இழுத்து ஐக்கியமாக்குகிறது. கலைஞர்கள் சிரஞ் சீவிகள், அவர்களது அன்பும் அச்சமும் நமக்குள்ளே திரும்பத் திரும்ப என்றென்றும் உயிர் வாழ்கின்றன. கலைஞரின் கை அன்று நம்மைக் கவர்கிறது. அவரது வரையும் திறமையன்று, அவரேதான் நம் இதயத்தைத் தொடுவது. கலையில் மனித உணர்வு மிகுந்திருக்கும் அளவுக்கு நம்மை ஆழமாய் ஈர்க்கிறது. கலைஞருக்கும், நமக்கும் இடையே ஏற்பட்டுள்ள இந்த ரகசிய ஒப்பந்தத்தின் காரணமாகத்தான் கவிதையிலும், கதையிலும், நாம் தலைவன், தலைவியின்

சுகதுக்கங்களில் பங்கெடுத்துக் கொள்கிறோம். எங்கள் ஜப்பானிய ஷேக்ஸ்பியர் சிகாமட்ஸு, நாடகம் இயற்றுவதில் முதல் விதிகளில் ஒன்றாக நாடகம் பார்க்கும் மக்களை ஆசிரியர் தம் நம்பிக்கைக்குரியவர்களாக ஏற்றுக் கொள்வதன் முக்கியத்துவத்தை வற்புறுத்தியிருக்கிறார்கள். அவரது மாணவர்களில் பலர் தம் நாடகங்களை அவரது அங்கீகாரத்திற்காகச் சமர்ப்பித்தனர். ஆனால் ஒரு நாடகம் மட்டுமே அவரைக் கவர்ந்தது. அது ஷேக்ஸ்பியரின் "தவறுகளின் நகைச்சுவை நாடகம்" (Comedy of Errors) போலிருந்தது.

'அதில் இரட்டைச் சகோதரர்கள் ஆள்மாறாட்டத்தால் அல்லல்படுகிறார்கள். இதுவே நாடகத்திற்குத் தக்க உயிர்ப்பை அளித்துள்ளது. அதாவது பார்ப்பவர்களை (audiance) மனதில் வைத்து இயற்றப் பட்டுள்ளது. நடிகர்களைவிட பார்ப்பவர்களுக்குத் தெரிகிறது. அறியாமை காரணமாகத் தம் விதியை நோக்கிப் பாயும் பாத்திரங்களுக்காகப் பரிதாபப்படுகிறார்கள்" என்று சிகாமட்ஸு கூறினார்.

கிழக்கு நாடுகளிலும் மேற்கு நாடுகளிலும் மகா கலைஞர்கள் பார்ப்பவர்களைத் தம் நம்பிக்கைக்குப் பாத்திரர்களாக்குவதற்கு இங்கிதமாய் அறிவிக்கும் உபாயத்தின் முக்கியத்துவத்தை எப்போதும் மறக்கவில்லை. ஒரு கலை சிருஷ்டியை நோக்கும்போது எவ்வளவு விஸ்தாரமான கற்பனைச் சிந்தனைகள் நமக்கு முன்னர் நம் கவனத்திற்காக வைக்கப்பட்டிருக்கிறது என்பதை நினைத்து யாரால் ஸ்தம்பித்துப் போகாமல் இருக்க முடியும்? அவை யாவும் நமக்கு எவ்வளவு பழக்கமானவை, எவ்வளவு பரிசு கொண்டவை. அவற்றோடு ஒப்பிடும்போது நவீனச் சரக்குகள் எவ்வளவு சாரமற்றவை, முன்னவைகளில் மனிதன் தன் இதயத்தையே கொட்டி இருப்பதை உணர்கிறோம். பின்னவைகளில் அவன் முறைக்காக மட்டும் சல்யூட் செய்வதைப் பார்க்கிறோம்.

தொழில் திறமையில் ஆழ்ந்து மூழ்கிப் போய் அபூர்வமாகத்தான் நவீனன் மேலே எழுகிறான். லுங்மென் வீணையை வீணாக வாசிக்க முயன்ற வித்வான்களைப் போல் இவனது சிருஷ்டிகள் விஞ்ஞானத்தின் பக்கம் நெருங்கி

இருக்கலாமே தவிர மனிதத் தத்துவத்திலிருந்து வெகுதூரம் என்றே சொல்ல வேண்டும்.

"தற்பெருமை எனப்படும் கர்வமே நிறைந்த ஒருவனை ஒரு பெண்ணால் காதலிக்க முடியாது" என்பது ஜப்பானியப் பழமொழி. ஏனென்றால் அவன் இருதயத்தில் காதல் நுழைந்து நிறைவதற்குச் சந்து பொந்து சற்றும் கிடையாது. போலி கர்வம் கலைஞனிடமானாலும் சரி; மக்களிடமானாலும் சரி; கலையிலும் பரிவுணர்ச்சியைக் கொன்று விடும் ஆபத்து உள்ளது.

கலையில் ஒரே மாதிரியான உள்ளங்கள் ஐக்கிய மாவதைவிட புனிதமானது ஒன்றுமில்லை. சந்திப்பின் போது கலை ரசிகர் தன்னையே கடந்து அப்பால் செல்கிறார். ஒரே சமயத்தில் அவர் இருக்கிறார் எனலாம். அல்லது அவர் இல்லையென்றும் சொல்லலாம். ஒரு நொடி நேரம் எல்லையற்றதன் ஒளியைக் காண்கிறார். ஆனால் வார்த்தைகளால் அவர் கண்ட இன்பத்தை வர்ணிக்க இயலாது, காரணம் கண்களுக்கு பேசும் நாக்கு இல்லையே. தூரத்தின் கட்டுகளிலிருந்து விடுபட்டவராய் அவருடைய ஆத்மா பொருட்களின் சந்தத்தில் சஞ்சரிக்கிறது. இவ்வாறாகக் கலை புனித மதத்தை ஒத்ததாகிறது, மனித வர்க்கத்தை மேன்மையாக்குகிறது.

பண்டைக்காலத்தில் ஜப்பானியர் ஒரு பெரிய கலை நிபுணர் சிருஷ்டிக்குக் கொடுத்த மரியாதையும், மதிப்பும் சொல்லற்கரியது. தேநீர் நிபுணர்கள் தம்மிடம் இருந்த ஓவியப் பொக்கிஷங்களை மதத்திற்குரிய ரகசியத்துடன் காப்பாற்றி வந்தனர். ஓவியம் வைத்திருக்கும் கர்ப்ப கிருஹமாகிய உறையை அடைவதற்கு ஒன்றிற்குள் ஒன்றாய் வைக்கப்பட்டிருக்கும் பல பெட்டிகளைத் திறக்கும் அவசியம் அடிக்கடி நேரும். பட்டுத் துணியால் சுற்றப்பட்டு அதன் மிருதுவான மடிப்புகளுக்குள் இருக்கும் இந்த மகானுபாவராகிய சித்திரம் அபூர்வமாகத்தான் வெளியே பார்வைக்கு வைக்கப்படும். அதுவும் அதன் சிறப்பை அறிந்த தீட்சை பெற்றவர்களுக்குத்தான்.

தேநீர்க்கலை சிறப்புற்று மேலோங்கிய காலத்தில் சேனைத் தலைவர்கள் போரில் அடைந்த வெற்றிக்குச் சன்மானமாக பெரியதொரு ராஜ்யம் பெறுவதைவிட அபூர்வமான கலை சிருஷ்டியொன்றைப் பெறுவதையே பெரிதென திருப்தியடைந்தனர். எங்களுக்குப் பிரியமான நாடகக் கதைகளின் பிரசித்தி பெற்ற கலைப்பொருள் ஒன்று காணாமற் போய்த் திரும்ப கிடைப்பதை அடிப்படையாகக் கொண்டவைகளே.

உதாரணமாக ஒரு நாடகத்தில் செஸ்ஸோன் வரைந்த போதி தருமருடைய பிரசித்தி பெற்ற ஓவியம் ஒன்று சிற்றரசர் ஹொரசோகாவாவின் அரண்மனையில் பாதுகாப்புடன் வைக்கப்பட்டிருந்தது. ஒரு சமயம் அதன் காப்பாளரான ஒரு சமுராய் வீரனின் அஜாக்கிரதையால் அரண்மனை திடீரென்று தீப்பற்றிக் கொண்டது. எவ்வாறாயினும் அந்த விலையுயர்ந்த ஓவியத்தைக் காப்பாற்ற முடிவு செய்து அவன் பற்றி எரியும் கட்டிடத்திற்குள் பாய்ந்து சென்று படச்சுருளை எடுத்து வருகிறான். ஆனால் வெளியேறும் எல்லா வழிகளும் நெருப்பினால் மூடப்பட்டுவிட்டன. ஓவியம் ஒன்றையே சிந்தித்தவனாய் தன் வாளினால் தன் உடலைக் கிழிக்கிறான். கிழிந்த சட்டைகளினால் ஓவியத்தைச் சுருட்டி பிளந்த தன் உடலுக்குள் திணிக்கிறான். இறுதியில் நெருப்பும் அணைந்தது. புகைந்து கொண்டிருக்கும் கங்குகளின் நடுவே பாதி வெந்த பிணம் கிடக்கிறது. அதனுள்ளிருந்து நெருப்பினால் சேதமடையாத பொக்கிஷம் கிடைக்கிறது. எனவே இவ்விதமான கதைகள் பயங்கரமானவை என்றாலும் நாங்கள் சிறந்த ஓவியச் சிருஷ்டிக்கு எவ்வளவு மதிப்பு கொடுக்கிறோம் என்பதையும், நம்பிக்கைக்குப் பாத்திரமான சமுராய் வீரனின் கடமையுணர்வையும் காட்டுகிறது.

ஒரு கலைப் பொருள் நம்மோடு உரையாடும் அளவிற்குத் தான் நாம் அதற்கு மதிப்பு கொடுக்கிறோம் என்பதை மனதில் வைக்க வேண்டும். நாமும் நம் உணர்வு விஷயத்தில் சர்வலோகத்தவர்களாயிருக்க முடிந்தால் கலையும் ஒரு சர்வலோக மொழியாக உதவும். எல்லைக்குட்பட்ட நம் இயல்பும், பரம்பரை மரபின் பழக்கவழக்கக் கோட்பாடுகளின்

சக்தியும், அதோடு நம் வம்ச பரம்பரையும், இயற்கையும் கலையை ரசிப்பதில் நம் திறனைக் கட்டுப்படுத்துகின்றன. ஒரு வழியில் நம் தனித்துவமே நம் அறியும் ஆற்றலுக்கு எல்லை வகுத்துவிடுகிறது. மேலும் நம் கலை நுகர்வின் ஆணவம் பண்டைய சிருஷ்டிகளில் தனக்கு விருப்பமான உறவை நாடுகிறது. உண்மைதான், முறைப்படி பயிற்சி செய்வதால் நம் கலா ரசனையுணர்வு விரிவடைகிறது. இதுவரை நமக்குத் தெரிந்திராத அழகின் நடையையும் அதன் பாங்கினையும் ரசிக்க வல்லவர்களாகிறோம். ஆனால் என்ன இருந்தாலும், நாம் நம் சொந்த வடிவத்தையே சர்வலோகத்திலும் பார்க்கிறோம். குறிப்பிட்ட விருப்பு, வெறுப்புகளே நம் கிரகிக்கும் அல்லது கற்பனை செய்யும் உணர்வின் போக்கிற்கு வழி வகுக்கிறது. தேநீர் நிபுணர்களும் தம் சொந்த தனிப்பட்ட கலை ரசனையின் அளவிற்கு முற்றிலும் உட்பட்ட கலைப் பொருட்களையே சேகரித்தார்கள்.

இந்த விஷயத்தில் கொபோரி என்சியு சம்பந்தப் பட்ட கதையொன்று நினைவுக்கு வருகிறது. என்சியு தாம் கலைப்பொருட்கள் தேர்ந்தெடுக்கும் விஷயத்தில் காட்டியுள்ள அற்புதமான ருசியை அவருடைய சிஷ்யர்கள் மெச்சினார்கள். "தங்கள் சேகரிப்பிலுள்ள ஒவ்வொரு கலைச் சிருஷ்டியும் யாராலும் மெச்சிப் புகழாமலிருக்க முடியாதவாறு உயர்ந்தவை. அது தாங்கள் ரிக்கியுவைவிட உயர்ந்த கலைச்சுவை உடையவரென்று காட்டுகிறது. ஏனென்றால் அவருடைய சேகரிப்புகளை ஆயிரத்தில் ஒருவரால்தான் மெச்ச முடியும்' என்று சொன்னார்கள். அதற்கு அவர், அது நான் எவ்வளவு சாதாரணம் என்பதையே காட்டுகிறது. மகான் ரிக்கியு தனக்கு நேராகப் பிடித்த கலைப் பொருட்களையே விரும்பிப் பெற்றார். மற்றதைத் தொடப் பயந்தார். நானோ எனக்குத் தெரியாமலேயே பெரும்பாலோரின் ருசிக்கு சப்ளை செய்கிறேன். உண்மையாகவே ரிக்கியு தேநீர் நிபுணர்களில் ஆயிரத்தில் ஒருவராயிருந்தார்' என்று சொன்னார்.

இன்றைய நாளில் கலைக்குக் காட்டும் உற்சாகத்தில் பெரும்பாகம் உண்மையான உணர்ச்சியின் அடிப்படையில் இல்லை என்றுதான் சொல்ல வேண்டும். இது மிகவும்

வருந்தத்தக்க விஷயமாகும். இந்த நம் ஜனநாயக காலத்தில் பெரும்பாலோர் மிகச் சிறந்ததென்று சொல்வதையே மக்கள் விரும்புகிறார்கள். தங்கள் உணர்ச்சிகளைப் பற்றிக் கவலைப்படுவதில்லை. விலையில் உயர்ந்ததை விரும்புகிறார்கள்; பண்பில் சிறந்ததையன்று. காலத்திற்கேற்ற புது நடைகளை விரும்புகிறார்களேயன்றி அழகானதையன்று, பொது மக்களுக்கு அவர்களுடைய யந்திர நாகரிகத்தின் மதிப்பிற்குரிய உற்பத்திகளான படங்கள் நிறைந்த வாரப் பத்திரிகைகளைப் பார்ப்பதில், கலை இரசிப்பதற்கான இலகுவில் ஜீரணிக்க கூடிய உணவு கிடைக்குமே தவிர ஆரம்பகால இத்தாலிய ஓவியங்களோ, அஷ்கான் கலை சிருஷ்டிகளோ அல்ல. அவர்கள் அவற்றை ரசிப்பதாக பாவனை செய்வார்கள். அவர்களுக்கு கலைப்பொருளின் தன்மையைவிட கலைஞரின் பெயர்தான் முக்கியம் ஆகும். பல நூற்றாண்டுகளுக்குமுன் ஒரு சீன விமர்சகர், வருத்தம் தெரிவித்தார். "மக்கள் படங்களைத் தம் காதுகளால் பார்த்து விமரிசிக்கின்றனர்" என்று. எந்தப் பக்கம் பார்த்தாலும் இன்று நம் கண்களை வரவேற்கும் போலிச் சிறப்புக் கலையாகிய ஆபாசங்களுக்குக் காரணம் நமக்கு உண்மையான கலை இரசிக்கும் திறன் இல்லாமையே.

இன்னொரு தவறு கலையைப் புதைபொருள் ஆராய்ச்சியுடன் முடிபோட்டுக் குழப்புவது. பழமைக்குக் காட்டும் நம் பக்தி மனித இயற்கையோடு ஒட்டியது. அதையே நாம் பயிற்சியினால் அதிகமாக வளர்த்திருக்கிறோம். பண்டைய கலை சிருஷ்டிகளை நாம் போற்றுவதில் தவறு ஒன்றுமில்லை. அவையே மேலும் நம் அறிவு வளர்ச்சிக்கு வழிகாட்டிகளாகின்றன. அவை நூற்றாண்டுகளின் விமரிசனங்களால் தாழ்ந்து போகாமல் நம் காலம்வரை புகழுடன் நின்று விளங்குவதாலேயே நம் மரியாதைக்குரியவையாகின்றன. ஆனால் அவற்றை நாம் அவற்றின் வயதைக் கொண்டு மதிப்பிடுவோமானால் அது அறிவீனமாகும்; இருந்தும் நம் ரசனையின் பாகுபாடு, உணர்வைவிட வரலாற்று முக்கியத்துவத்திற்கு நாம் பரிவு காட்டுகிறது. கலைஞரைப் பத்திரமாக இடுகாட்டில் அமர்த்தியதும் நம் புகழ்ச்சி மலர்களைச் சொரிகிறோம்.

பரிணாமக் கொள்கை அவதரித்த 19ஆம் நூற்றாண்டில் நாம் வர்க்கக் கூட்டத்தில் தனி மனிதனைப் பார்க்க இயலாதவாறு பழகி விட்டோம். கலைப் பொருள் சேகரிப்பவர் ஒரு குறித்த காலத்தையோ, மரபையோ விளக்குவதற்காகச் சான்றுகள் சேகரிக்கிறாரே தவிர ஒரு தனித்த உச்ச கலை சிருஷ்டி ஒரு குறித்த காலத்து அல்லது மரபின் எத்தனையோ சாதாரண படங்களைவிட நமக்கு எவ்வளவோ அதிகமாகக் கற்பிக்கும் சக்தி வாய்ந்தது என்பதை மறந்து விடுகிறார். கலைப் பொருட்களைக் கொஞ்சமாய் ரசித்து அதிகமாகக் கூறப் பிரியப்படுகிறோம். விஞ்ஞான முறையில் பொருட்காட்சிகளை வகுத்து அமைப்பதில் கலைரசனை புறக்கணிக்கப்படுவது பல பொருட்காட்சி சாலைகளின் கேடான நிலைமைக்குக் காரணமாகும்.

வாழ்வின் எந்த முக்கிய திட்டத்திலும் நவீன கலையின் உரிமையைப் புறக்கணிக்க முடியாது. இன்றைய கலைதான் உண்மையாக நமக்குச் சொந்தம். அதுவே நம் சொந்த பிரதிபலிப்பு. அதை இகழ்வதாவது நம்மையே இகழ்வதாகும். இக்காலத்தில் கலை இல்லையென்றோ, கலைக்கு இடமில்லையென்றோ சொல்கிறோம். அதற்கு யார் பொறுப்பு? நாம் பழமையை எவ்வளவோ மெச்சிப் புகழ்ந்தாலும் நம் சுய திறமையின் வளர்ச்சியைப் பற்றி மிகவும் கவனக் குறைவாயிருப்பது உண்மையில் நாணப்பட வேண்டிய விஷயமாகும்.

வாழ்க்கையோடு போராடும் கலைஞர்களுக்கும் இகழ்ந்து புறக்கணிக்கப்பட்டு இருளில் தயங்கும் அலுத்துப் போன ஆன்மாக்களுக்கும் சுயநலமே பெரிதெனப் பாராட்டும் நம் நூற்றாண்டில் எந்த விதமான உற்சாகம் வழங்குகிறோம்? இறந்த காலம் நம் நாகரிகத்தின் வறுமைக்காகப் பரிதாபத்தோடு நம்மைப் பார்க்கும். வருங்காலமோ கலையில் நாம் எய்தியுள்ள மலட்டுத் தனத்திற்காகச் சிரிக்கும். வாழ்க்கையில் புனிதமானவற்றை, அழகானவற்றை அழிப்பதால் நாம் கலையை அழிக்கிறோம். ஒரு பெரிய மந்திரவாதி சமூகத்தின் தூரிலிருந்து தோன்றி மகா வீணை யொன்றை உருவாக்குவாராக–மேதையின் கைப்பட எதிரொலிக்குமாறு!

மலர்கள்

வசந்த காலத்து செங்கமங்கலான அதிகாலையில் மரக்கிளைகளில் அமர்ந்து பறவைகள் அற்புதமான மெல்லிசையில் ரகசியமாய்க் கூவும்பொழுது அவை தம் ஜோடிகளோடு மலர்களைப் பற்றித்தான் பேசுகின்றன என்பதை நீங்கள் உணர்ந்ததில்லையா? நிச்சயமாக மனிதன் ஆதியில் காதல் கவிதை இயற்றிய அதே சமயத்தில்தான் மலர்களை ரசிக்கவும் தொடங்கியிருக்க வேண்டும்.

ஒரு கன்னியுள்ளம் மலர்ந்து விரிவதை மயக்கமான இனிமையிலும் மௌனமான நறுமணத்திலும் அன்றி வேறெங்குதான் நாம் உருவகம் செய்ய முடியும்? ஆதி மனிதன் தன் காதலிக்கு முதல் மலர் மாலையை அணிவித்த அச்சமயமே மிருக நிலையிலிருந்து உயர்ந்தான் என்று கூறலாம். அவன் அவ்வாறு இயற்கையின் முரட்டுத் தனமான தேவைகளுக்கு மேலே தன்னை உயர்த்தினதால்தான் மனிதனானான். பிரயோஜன மில்லாததொன்றின் நுண்ணிய பிரயோஜனத்தை உணர்ந்த மாத்திரத்தில் அவன் கலையுலகில் பிரவேசித்தான்.

இன்பத்திலாகட்டும், துன்பத்திலாகட்டும் நம்மை விட்டுப் பிரியாத நண்பர்கள் மலர்களே. அவை கூடவே நாம் உண்கிறோம், அருந்துகிறோம், ஆடுகிறோம், பாடுகிறோம். காதலிக்கிறோம், திருமணத்திலும் நாமகரணத்திலும் மலர்கள் நம் கூடவே இருக்கின்றன. அவையில்லாமல் நாம் சாவதும் இல்லை. ஆம்பல் அல்லியைக் கொண்டு நாம்

வழிபட்டோம். தாமரை மலர்களைக் கொண்டு தியானத்தில் ஆழ்ந்தோம். ரோஜா, செவ்வந்தி மலர்களை அணிந்தே போரில் அணிவகுத்துப் பாய்ந்தோம். நாம் மலர்களின் மொழியில் பேசவும் முயன்றிருக்கிறோம். அவையில்லாமல் நாம் எப்படி வாழமுடியும்? மலர்களே இல்லாத உலகத்தைக் கற்பனை செய்யவும் பயமாயிருக்கிறது. நோயாளியின் படுக்கைக்கு என்ன ஆறுதல் கொண்டு வருகின்றன? அலுத்துப் போன ஆத்மாக்களின் இருண்ட வாழ்வில் எவ்வாறு இன்ப ஒளி நுழையும்? அழகிய குழந்தை ஒன்று நம்மை உற்று நோக்கும்போது நாம் இழந்த நம்பிக்கையைத் திரும்பப் பெறுவது போன்று மலர்களின் அமைதி நிறைந்த இளமையும் மென்மையும் உலகத்தின் மேல் குறைந்து வரும் நம்பிக்கையைத் திரும்ப நமக்குத் தருகின்றன. நாம் மண்ணில் மறையும்போது அவையே நம் சமாதிக்கருகில் மௌனமாய் மலர்கின்றன.

மலர்களோடு இவ்வளவு தொடர்பு வைத்திருக்கும் நாம் மிருக நிலையிலிருந்து அதிகமாக ஒன்றும் உயர்ந்து விடவில்லை என்பது மறைக்க முடியாத உண்மை. இது வருந்தத்தக்கதே. நாம் போர்த்திக் கொண்டிருக்கும் ஆட்டுத் தோலை சற்று அகற்றினால் நமக்குள்ளிருக்கும் ஓநாய் உடனே பல்லைக் காட்டும். மனிதன் பத்து வயதில் மிருகமாகவும், இருபது வயதில் பைத்தியக்காரனாகவும், முப்பதில் தோல்வியடைந்தவனாகவும், நாற்பதில் மோசக்காரனாகவும், ஐம்பதில் குற்றவாளியாகவும் இருக்கலாம். அவன் குற்றவாளியாவதற்குக் காரணம் அவன் மிருக நிலையிலிருந்து எப்போதும் 'மாறவில்லை' என்பதே. பசியைத் தவிர வேறொரு உண்மையை அறியோம். நம் சுய ஆசைகளைத் தவிர வேறொரு புனிதத்தை அறியோம்.

நம் கண் முன்னர் ஒன்றன் பின் ஒன்றாகக் கோயில்கள் இடிந்து தகர்ந்து கொண்டிருக்கின்றன. எனினும் ஒரு பீடம் மட்டும் எப்போதைக்கும் காப்பாற்றப்பட்டு வருகிறது. அதன் மேல் ஒரு மகா தேவதையை இருத்தி தூப தீபங்களால் பூஜித்து வருகிறோம். நாம்தான் அந்த மகா தேவதை. நம் கடவுள் மகத்தானது, பணம்தான் அதன் தூதன். இயற்கையை

அழித்து நாசமாக்கி பணத்திற்காகப் பலி கொடுக்கிறோம். பொருளை வென்றுவிட்டோம் என்று பெருமையுடன் மார்தட்டிக் கொள்கிறோம். ஆனால் பொருள்தான் நம்மை அடிமையாக்கிக் கொண்டு விட்டது என்பதை மறந்து விடுகிறோம். நாகரிகத்தின் பெயரில் நாம் எவ்வளவு கொடூர பாவங்களை நிலை நிறுத்துகிறோம்.

மென்மையான மலர்களே! நட்சத்திரங்களின் கண்ணீர்த் துளிகளே! பூதோட்டத்தில் நின்று கொண்டு சூரிய கிரணங்களைப் பற்றியும், நீர்த் திவலைகளைப் பற்றியும் பாடிக் கொண்டு வரும் தேனீக்களைத் தலையசைத்து வரவேற்கும் மலர்களே, உங்களுக்காகக் காத்துக் கொண்டிருக்கும் பயங்கர அழிவைப் பற்றி அறிவீர்களா? கனவு காணுங்கள். கோடை கால இனிய தென்றலில் ஆடியசைந்து முடிந்தமட்டும் இன்புறுங்கள். நாளைக்கு ஒரு இரக்கமற்ற கை உங்கள் கழுத்தை நெறிக்கும். நீங்கள் அங்கஅங்கமாகத் துண்டிக்கப்பட்டு உங்கள் அமைதியான இருப்பிடத்திலிருந்து தொலை தூரத்திற்குக் கொண்டு போகப்படுவீர்கள். கொலைகாரி அழகியாயிருக்கலாம். உங்கள் இரத்தம் தோய்ந்த அவள் விரல்கள் ஈரமாயிருக்கும் போதே உங்களை ஆ! என்ன அழகானவர்கள்! என்று மெச்சுவாள், சொல்லுங்கள், இதற்குப் பெயர் தானா இரக்கம்? உங்கள் தலையெழுத்து, நீங்கள் கல் நெஞ்சக்காரி ஒருத்தியின் சிகையில் சிறைப்படலாம். அல்லது நீங்கள் மனிதர்களாயிருந்தால் உங்கள் முகத்தை நேருக்கு நேர் பார்க்கத் தைரியமில்லாத ஒருவனின் பொத்தான் துளையில் செருகப்படலாம் அல்லது உங்கள் உயிர் போய்க் கொண்டு இருப்பதை அறிவிக்கும் தாகவெறியைக்கூட தணிக்கப் போதாத கொஞ்சம் கிடை நீருள்ள ஒரு குறுகிய ஜாடியில் நிறுத்தப்படலாம்.

மலர்களே, நீங்கள் மிக்காடோ மன்னர் நாட்டில் பிறந்திருந்தால் (ஜப்பானில்) கையில் கத்தரிக்கோலும் சிறிய ரம்பமும் வைத்துக் கொண்டு வரும் ஒரு பயங்கர மனிதனைச் சந்திக்க நேரலாம். அவன் தன்னை "மலர்களின் நிபுணன்" என்று சொல்லிக் கொள்வான். அவன் மருத்துவனின் உரிமையைக் கொண்டாடுவான். அவனைப்

பார்த்த மாத்திரத்திலேயே நீங்கள் அவனை வெறுப்பீர்கள். ஏனென்றால் மருத்தவன் தன் கையில் சிக்கியவன் கஷ்டத்தை நீடிக்கச் செய்வதிலேயே கருத்தாயிருப்பான் என்பதை நீங்கள் அறிவீர்கள். அவன் உங்களை அறுத்து, வளைத்து இயலாத வகையிலெல்லாம் திருப்புவான். எலும்பு வைத்தியனைப் போன்று அவன் உங்கள் தசைகளைக் குலுக்குவான். எலும்புகளைப் பெயர்ப்பான். உங்கள் ரத்தக் கசிவை நிறுத்துவதற்கு சிவப்பாய் எரியும் கரியைக் கொண்டு பொசுக்குவான். ரத்த ஓட்டத்தைச் சரிப்படுத்த கம்பிகளை நுழைப்பான். உங்களுக்கு உப்பு, புளி, சீனக் காரம் சில சமயங்களில் கந்தக திராவகத்தையும் சேர்த்து பத்தியம் செய்வான். நீங்கள் மயங்கி விழப் போகும்போது உங்கள் கால்களில் வெந்நீரை ஊற்றுவான். அவனுடைய சிகிச்சை பெறாமல் நீங்கள் வாழ முடிவதை விட இரண்டு, மூன்று வாரங்கள் அதிகமாகவே உங்களை வாழ வைக்க முடியுமென்று பெருமை பேசுவான். உங்களைச் சிறைப் படுத்தின அப்போதே நீங்கள் கொல்லப்படுவதை விரும்பி யிருப்பீர்களல்லவா? இவ்வாறு தண்டனை பெறுவதற்கு நீங்கள் பூர்வ ஜென்மத்தில் என்னதான் பாவம் செய்திருப்பீர்கள்?

கிழக்கத்திய மலர் நிபுணர்கள் கையில் அவஸ்தைப் படுவதைக் காட்டிலும் மேற்கத்திய சமூகங்களில் மலர்கள் சிந்தனையின்றி நஷ்டமாக்கப்படுவது மிகவும் பயங்கரமானது. ஐரோப்பாவிலும் அமெரிக்காவிலும் நடனக் கூடங்களையும் விருந்து மேஜைகளையும் அலங்கரிப்பதற்காகத் தினந்தோறும் அறுக்கப்படும் மலர்களின் எண்ணிக்கை அதிர்ச்சியை அளிப்பதாகும். மலை போன்ற அளவு அந்த மலர்கள் மறுநாளே எறியப்படுகின்றன. அவற்றை மாலையாகக் கோர்த்தால் பூமியின் ஒரு கண்டத்தையே வளைக்கலாம். இந்த மாதிரியான உயிர்களைப் பற்றி முழு உதாசீனமனப் பான்மையோடு ஒப்பிட்டால், கிழக்கத்திய மலர் நிபுணரின் பாவம் மிகவும் சிறிதே. அவராவது குறைந்த பட்சம் இயற்கைக்கு மதிப்பு கொடுத்து, அதனை சிக்கனத்துடன் நடத்துகிறார். ஜாக்கிரதையாக முன் எண்ணத்தோடு தான் பலியிடப் போவதைத் தேர்ந்தெடுக்கிறார். பிரயோஜனம் தீர்ந்தபின் வாடிப்போன மலர்களுக்குரிய மரியாதையுடன்

அப்புறப்படுத்ததிறார். மேற்கு நாடுகளில் மலர்களை உபயோகிப்பது செல்வச் செருக்கின் டாம்பீகக் காட்சியின் ஓர் அங்கமாகும். ஒரு நொடியின் ஆசை விருப்பம். கூத்து கும்மாளங்களுக்குப் பின்னர் இந்த மலர்கள் எங்கே போகின்றன! வாடின மலர்களைச் சற்றும் ஈவு இரக்கமின்றி சாணக் குப்பையில் எறியப்படும். காட்சியையிட வருந்தத்தக்க விஷயம் வேறொன்றுமில்லை.

அழகாகப் பிறந்த மலர்களுக்கு இந்த ஆதரவற்ற அனாதை நிலைமை ஏன்? பூச்சிகள் கொட்டும்; மிகவும் சாதுவான மிருகங்களும் சிக்கிக் கொண்டால் உயிருக்காகப் போராடும்; அழகான தம் இறகுகளுக்காக தொப்பியின் மேல் அலங்கரிக்க வேட்டையாடப்படும் பறவைகளும் பறந்து போய்த் தப்பித்துக் கொள்ளும்பு; மென்மையான தம் உரோமத் தோலுக்காக வேட்டையாடப்படும் பிராணிகளும் கால் சப்தம் கேட்டு ஓடி ஒளிந்து கொள்ளும். ஐயோ! இறக்கைகள் உள்ள ஒரே மலர், வண்ணத்துப்பூச்சி ஒன்றுதான் மற்ற மலர்கள்யாவும் நாசக்காரனுக்கு முன் செய்வதறியாமல் நிற்க வேண்டியுள்ளது. அவை மரண வேதனையால் கதறினால் அவற்றின் அழுகை நம் மரத்துப்போன செவிகளில் விழுவதில்லை. அமைதியாய் நம்மை நேசித்து மௌனமாய் நமக்குச் சேவை செய்பவர்களிடம் நாம் அதிக கொடூரமாய் நடந்து கொள்கிறோம். நமக்குச் சிறந்த நண்பர்களான மலர்கள் நம் இச்சையைப் பொறுக்க முடியாமல் நம்மை விட்டு ஒரேயடியாய்ப் போய்விடும் நாள் வரலாம். நீங்கள் கவனிக்கவில்லையா! ஒவ்வொரு ஆண்டும் காட்டு மலர்கள் குறைந்து கொண்டே வருகின்றன. 'மனிதன் மேலும் மனிதப் பண்புடன் நடந்து கொள்ளுபவரை நீங்கள் ஓடிப்போய் விடுங்கள்" என்று அவற்றிடம் ஞானிகள் சொல்லி எச்சரித்திருக்கலாம் அதனாலே அவர்கள் சொர்க்கத்தில் குடியேறி விட்டார்கள் போலும்.

பூச் செடிகளை வளர்ப்பவர்கள் ஆதரவில் நிறைய சொல்வதற்கிருக்கிறது. கத்தரிக்கோலை உபயோகிப்ப வரை விட பூந்தொட்டியை உபயோகிப்பவர் அதிக மனிதத்துவம் நிறைந்தவரே. அவர் போதிய அளவு தண்ணீரும் சூரிய

ஒளியும் கிடைப்பதற்கு எடுத்துக் கொள்ளும் அக்கறையும் செடியைத் தின்று வாழும் பூச்சிகளோடு போரிடுவதும் பனியின் கொடுமையைக் கண்டு அஞ்சுவதும், அரும்புகள் மெதுவாகக் கிளம்பும் போது படும் கவலையும், இலைகள் செழித்துப் பளபளவென்று மின்னும்போது அடையும் ஆனந்தமும், நாம் மகிழ்ச்சியுடன் கவனிக்கிறோம். கிழக்கு நாடுகளில் பூச்செடி வளர்த்தல் மிகவும் புராதன கலையாகும்.

கவிஞர்களின் காதலைய பற்றியும் அவர்களுக்குப் பிரியமான செடிகளைப் பற்றியும் கதைகளிலும் பாடல்களிலும் நிறைய காணலாம். டாங்கங் காலங்களில் மண்பாண்டக்கலை வளர்ச்சியடைந்ததும் செடிகள் வளர்ப்பதற்குத் தொட்டிகளல்ல, ரத்தின மாளிகைகளே போன்ற பாத்திரங்கள் தயாரிக்கப்பட்டதைப் பற்றிக் கோவிப்படுகிறோம். ஒவ்வொரு பூச்செடியைக் கவனித்துக் கொள்வதற்கும் ஒரு தனி வேலையான் நியமிக்கப்பட்டு அவன் மிருதுவான முயல் மயிர்த்தூரிகளைக் கொண்டு கழுவுவதும் உண்டு. பியோனி செடியைக் குளிப்பாட்டுவது முழு அலங்கார உடையணிந்த அழகியென்றும் குளிர்காலத்தில் பிளம் செடிகளுக்கு நீர் வார்ப்பது ஒல்லியாய் வெளுத்த பிக்ஷு என்றும், எழுதப் பட்ட வர்ணனைகளைக் காண்கிறோம். ஜப்பானில் அஷிகாகா காலத்தில் இயற்றப்பட்ட ஹச்சினோகி எனப்படும் மிக ஜனப்பிரிய நோ' நடன நாடகமொன்றில் வறுமை நிலையிலுள்ள ஒரு க்ஷத்திரிய வீரனின் கதை வர்ணிக்கப்பட்டுள்ளது. அவர் நாடு சுற்றும் சமயத் தொண்டர் ஒருவரை பனி உறையும் குளிர் நாளொன்றில் உபசரிப்பதற்காக தாம் அருமையாக வளர்த்த பூச் செடியை விறகு இல்லாத காரணத்தால் வெட்டிக் குளிர் காய வைத்தாராம். உண்மையில் அந்தத் தொண்டர் ஹொஜோடோக்சியே தானாம். எங்கள் கதைகளில் வரும் ஹரூன் அல்ரஷித் ஆகையால் அந்த வீரர் செய்த தியாகம் வீணாகப் போகவில்லை. இந்த நாடகம் இன்றைக்கும் டோக்கியோ மக்களை கண்ணீர் சிந்தும்படிச் செய்கிறது.

மெல்லிய பூச்செடிகளை வளர்ப்பதில் அதிகமான அக்கறை காட்டி, ஆபத்து வராதபடி அதிக எச்சரிக்

கையுடன் காப்பாற்றினார்கள். டாங் காலத்து மன்னர் ஹுயென்சுங் தம் தோட்டத்தில் செடிகளைப் பறவைகள் வந்து தொந்தரவு செய்வதைத் தடுப்பதற்காகச் செடிகளின் கிளைகளில் தங்கத்தினாலான சிறிய மணிகளைக் கட்டித் தொங்க விடுவாராம். அவர் தான் வசந்த காலத்தில் மலர்களை மிருதுவான இனிய சங்கீதத்தால் மகிழ்விப்பதற்காக தம் அரண்மனை வித்வானுடன் சென்று விடுவாராம். ஜப்பானிய மடங்கள் ஒன்றில் எங்கள் நாட்டு வீரச் செயல்கள் பற்றிய கதைகளில் சிறந்த வீரனான யோஷித்ஸுனேவைப் பற்றிய பட்டயத் தகடு ஒன்று இன்றும் இருக்கிறதாம். ஒரு அற்புதமான ப்ளம் மரத்தைக் காப்பாற்றுவதற்காக அந்தத் தகடு தொங்கவிடப்பட்டதாம். அது போர்க்கால நகைச்சுவையோடு நம்மைக் கேட்டுக் கொள்கிறது. அந்தத் தகட்டில் காணும் எழுத்துகள் மலர்களின் வனப்பைக் குறிப்பதோடு "இந்த மரத்தின் கிளைகளில் ஒன்றையேனும் யார் வெட்டினாலும் அவர் தம் ஒரு கைவிரலை இழப்பார்" என்றும் அறிவித்தன. இக் காலத்தில் வேண்டுமென்றே மலர்களை வீணாக நஷ்டப்படுத்துவோரையும், கலைப் பொருட்களைச் சிதைவு படுத்துவோரையும் தண்டிப்பதற்காக அம் மாதிரியான சட்டங்கள் இயற்ற முடிந்தால் நன்றல்லவா!

தொட்டியில் வைத்துப் பூச்செடிகளை வளர்க்கும் விஷயத்திலும் மனிதனின் கதைதான் சந்தேகிக்க நம்மைத் தூண்டுகிறது. செடிகளை ஏன் அவற்றின் சுயமான இருப்பிடத்திலிருந்து எடுத்துக் கொணர்ந்து அந்திய சூழநிலைகளின் மத்தியில் மலரச்சொல்ல வேண்டும்? பறவைகளைக் கூடுகளில் அடைத்துப் பாடவும், குஞ்சு பொறிக்கவும் செய்வது போலல்லவா இதவும்! யாருக்குத் தெரியும்' இச் செடிகள் உங்கள் வளர்ப்புக் கொட்டகைகளில் காணும் செயற்கை உஷ்ணத்தால் மூச்சுத் திணறி தங்களுக்குச் சொந்தமான தெற்கு வானத்தின் தரிசனத்திற்காக ஏமாந்து ஏங்குகின்றன என்பது யாருக்குத் தெரியும்!

மலர்களை அவை இயற்கையாய் வளரும் அவற்றுக்குச் சொந்தமான இடங்களுக்குச் சென்று ரசிப்பவரே உண்மையாக மலரை நேசிப்பவர் ஆவார். தான்யுயன்மிங் காட்டுச்

செவ்வந்தி மலரோடு உரையாடுவதற்காக உடைந்து போன மூங்கில் வேலிக்கு முன்னர். உட்கார்ந்திருந்தார். லின்வோசிங் மேற்கு ஏரிக்கரையின் ப்ளம் மலர்களிடையே அந்தி நேரத்தில் அற்புதமான நறுமணத்தை ரசித்துக்கொண்டு சுற்றியலைந்து தம்மையே மறந்து போனார். சௌமூஷீயைப் பற்றி சொல்லப்பட்டுள்ளது. அவர் தாமரைத் தடாகத்தில் படகில் அமர்ந்து தான் தூங்குவாராம். ஏனென்றால் தாமரை மலரின் கனவுகள் தம் கனவுகளோடு கலக்கட்டும் என்பதே அவர் நோக்கம். இந்த மாதிரி மனப்பாங்கு தான் எங்கள் நாரா மன்னர்களில் பிரசித்தி பெற்ற ராணி கொமியோ கீழ் வருமாறு பாடுவதற்குக் காரணமாயிருந்தது.

"மலரே, நான் உன்னைக் கொய்தால் உன் தூய்மை போய்விடும். பரந்த மைதானத்தில் நிற்கும் உன்னை முந்திய, இன்றைய, பின்வரும் புத்தர்களுக்கு அர்ப்பணிக்கிறேன்."

எனினும் நாம் அளவுக்கு மிஞ்சி உணர்ச்சி வசப்படக்கூடாது தான். இன்பங்களைக் குறைத்து, மேன்மைகளை வளர்ப்போமாக! லாவுத்ஸே சொல்லி யிருக்கிறார். "வானமும், பூமியும் இரக்கமற்றவை" என்று. கொயோதய்ஷி சொல்லி இருக்கிறார். "ஏரு, ஏகு. ஏகு. ஏகு, வாழ்க்கையின் ஓட்டம் மேலே மேலே ஓடிக் கொண்டே இருக்கிறது. சா. சா, சா, சா, சாவு எல்லோருக்கும் வருகிறது." என்று எந்தப்பக்கம் திரும்பினாலும் அழிவுதான் நம்மை நோக்குகிறது. கீழேயும் அழிவு. மேலேயும் அழிவு, பின்னாலும் அழிவு, முன்னாலும் அழிவு மாற்றம் ஒன்று தான் என்றைக்கும் உள்ளது.

மரணத்தையும் வாழ்வைப் போல் ஏன் வரவேற்கக் கூடாது. சாவும் வாழ்வும் ஒன்றின் இரு பக்கங்களே பிரம்மாவின் இரவும் பகலும் போல. முதியன அழிந்து மறைவதன் மூலமாகத்தான் புதிய சிருஷ்டி சாத்திய மாகிறது மரணத்தை, இரக்கத்தின் தளராத தேவியைப் பல பெயர்களால் நாம் வழிபட்டு வருகிறோம். யாவற்றையும் விழுங்கும் தேவதையின் நிழலைத்தான் கெரர்கள் நெருப்பில் வரவேற்றார்கள். ரத்தத்தை உறைய வைக்கும் கொடூரத் தூய்மையின் வாளின் ஆத்மாவுக்கு முன்னர்தான்

இன்றைக்கும் சிந்தோ ஐப்பான் நெடுஞ்சாண் கிடையாய் விழுந்து வணங்குகிறது. எங்கள் பலவீனத்தை அற்புத நெருப்பு எரித்து மாய்க்கிறது. தெய்வீக வான் ஆசையின் கட்டைத் துண்டிக்கிறது. எங்கள் சாம்பலிலிருந்து தெய்வீக நம்பிக்கையாகிய பொனிக்ஸ் பறவை உயிர் பெற்றெழுகிறது. விடுதலையிலிருந்து மனிதத்துவத்தின் உயர்ந்த வட்சியம் கை கூடுகிறது.

உலக லட்சியத்தைச் சிறப்பிப்பதற்கு உதவக் கூடிய புதிய வடிவங்கள் தோன்றுவதாயிருந்தால் அதற்காக மலர்களை அழிக்கலாம் அழகு தெய்வத்திற்கு நாங்கள் அர்ப்பணம் செய்யும்போது மலர்களையும் எங்களுடன் சேரச் சொல்லி வேண்டிக் கொள்கிறோம். எங்களைத் தூய்மைக்கும் எளிமைக்கும் அர்ப்பணம் செய்து எங்கள் தவறுகளுக்கு ஈடு செய்வோம். தேநீர் நிபுணர்கள் மலர் அலங்காரக் கலையை நிறுவினபோது இவ்வாறுதான் சிந்தித்திருக்க வேண்டும்.

எங்கள் தேநீர் நிபுணர்களையும் மலர் அலங்கார நிபுணர்களையும் அறிந்தவர்களுக்குத் தெரியும். அவர்கள் மலர்களை எவ்வாறு பக்தி சிரத்தையோடு பார்க்கிறார்கள் என்பது. கண்டவாறு மலர்களை அவர்கள் கொய்வதில்லை. தங்கள் கருத்திற்கியைந்த கலையமைப்பின் கண்ணோடு மலர்களின் ஒவ்வொரு கிளையையும், கொத்தையும் கவனத்துடன் தேர்ந்து எடுப்பார்கள். மிகவும் அவசியமான அளவிற்கு அதிகமாகக் கொய்திருந்தால் வெட்கப்படுவார்கள். இது சம்பந்தமாக ஒன்று குறிப்பிட விரும்புகிறேன். அதாவது அவர்கள் இலைகளையும் மலர்களோடு சேர்த்துதான் எப்போதும் பார்ப்பார்கள். செடியின் முழு அழகையும் எடுத்துக் காட்டுவதே அவர்களின் நோக்கம், இவ்விஷயத்தில் இன்னும் பல விஷயங்களிருப்பது போல் அவர்கள் கையாளும் முறை மேற்கு நாடுகளில் தழுவும் முறையிலிருந்து வேறுபடுகிறது. மேற்கத்தியவர்கள் மலர் அலங்கரிப்பில் நாம் பார்ப்பது போல நோக்கம், ஒழுங்கு இவை எதுவுமின்றி கண்டவாறு ஜாடியில் திணிக்கப் பட்ட உடல் இல்லாத மலர்க் காம்புகளும் மலர்க் கொத்துகளும் மட்டும்தான்.

தேநீர் நிபுணர் தம் மனம் திருப்தியடையும் அளவு ஒரு ஜாடியில் மலர்கள் இருந்தன. பின்னர் ஜப்பானியர் வீட்டில் பூஜை அறையையொத்த மரியாதைக்குரிய டொக்கொனாமா என்னுமிடத்தில் அலங்காரமாக வைப்பார். அதற்கருகில், அதன் பார்வைக்குப் பங்கம் விளைவிக்கும் வேறெதையும் வைக்க மாட்டார். ஒரு ஓவியம் கூட அருகில் இடம் பெறாது, கலை ரசனை சம்பந்தமான தனிக் காரணம் இருந்தால்தான் ஓவியமும் சேரும். மலர் ஜாடி ஒரு சிம்மாசனத்தில் அமர்த்தப்பட்ட இளவரசைப்போல் கம்பீரமாய் விளங்கும். அறைக்குள் நுழையும் விருந்தினர்களும், சீடர்களும் முதலில் மலருக்குத் தாழ்ந்து ஆழந்த மரியாதை செலுத்திய பின்னர்தான் வீட்டுக் காரரோடு உரையாடுவார்கள்.

மலர்க்கலையில் பயிற்சியில்லாதவர்கள் பார்த்துத் தெரிந்து கொள்வதற்காக உயர்ந்த சிருஷ்டிகளின் படங்கள் வரையப்பட்டு அச்சிடப்படுகின்றன. இது சம்பந்தமாக வெளி வந்து உள்ள நூல்கள் கணக்கில. தேநீர் நிபுணர் வாடின மலர்களை இளகிய உள்ளத்தோடு ஆற்றில் கலந்து விடுவார் அல்லது மண்ணில் புதைத்து விடுவார். அவற்றின் ஞாபகார்த்தமாக நினைவுச் சின்னங்களும் சில சமயங்களில் எழுப்பப்படுவதுண்டு. மலர் அலங்காரக் கலையும் தேநீர் சமயத்தோடு ஒரே காலத்தில் 15ஆம் நூற்றாண்டில் தோன்றியதாகத் தெரிகிறது. எங்கள் பழைய மரபுக்கதைகள் பிரகாரம் முதலில் மலர்க் கலையை ஆரம்பித்தது அதி புத்த சமய ரிஷிகளாவார்கள். அவர்கள் புயலில் அடிபட்டுச் சிதறிக் கிடக்கும் மலர்களைப் பொறுக்கியெடுத்து எல்லா உயிர்களின் மேலும் அவர்களுக்கிருந்த அளவற்ற அன்பு அக்கறையின் காரணமாகத் தண்ணீர் நிறைந்த பாண்டங்களில் வைப்பார்கள்.

அஷிகாகா யோஷிமாசா அரண்மனையின் சிறந்த ஓவியரும், ரசிகருமான சோவாமிதான் மலர் அலங்காரங்களில் ஆரம்பத்தில் தேர்ச்சி பெற்றவர் என்று கூறப்படுகிறது. ஜூகோ என்பவர் தேநீர் நிபுணர் சோவாமியின் சீடர்களில் சாலோ சென்னோவைப் போன்று ஒருவர். அவர்தான் இகேனோபோ வடிவத்து ஸ்தாபகர். இந்த இகேனோபோ

குடும்பம் ஓவியக் கலையில் கானோ குடும்பத்தைப் போன்று மலர்க் கலையில் பிரசித்தி பெற்றவர்கள். ரிக்கியூவின் கீழ்த் தேநீர்ச் சடங்கு முழு வளர்ச்சி அடைந்ததும் 16ஆம் நூற்றாண்டின் கடைசியில் மலர் அலங்காரக் கலையும் முழு வளர்ச்சியை அடைந்தது.

ரிக்கியூவும் அவருக்குப் பின் வந்தவர்களும் புகழ் பெற்ற ஓதா வராக்கு, புருதா–ஓரிபே, கோயெட்ஸி, கொபோரிஎன்ஷியு, கதகிரி–செகியு முதலானவர்கள் ஒருவரோடொருவர் போட்டி, போட்டுக் கொண்டு புதிய புதிய சேர்க்கையில் மலர்களை அலங்கரிப்பதில் முயன்றார்கள். எனினும் ஒன்று நாம் நினைவுபடுத்திக் கொள்ள வேண்டும். தேநீர் நிபுணர்களின் மலர் வழிபாடு தேநீர்ச் சடங்கின் ஒரு கலை அம்சமாகவே கருதப்பட்டதே தவிர அதுவே ஒரு தனிச் சமயமாக வளரவில்லை. மலர் அலங்காரமும் தேநீர் அறையின் மற்றக் கலைப் பொருட்களோடு ஒன்றாக முழு அலங்காரத் திட்டத்தின் ஒரு அங்கமாகவே இருந்தது. இவ்வாறு, செகிஷியு வெள்ளை நிற ப்ளம் மலர்களை, தோட்டத்தில் பனி உறைந்து கிடக்கும்போது உபயோகிக்கக் கூடாது எனத் தடை விதித்தார். அதிக பகட்டான மலர்களைச் சற்றும் தயை தாட்சண்யம் இன்றி தேநீர் அறைக்குள் நுழைய விடுவதில்லை. தேநீர் நிபுணரால் தொகுக்கப்பட்ட மலர் அலங்காரம் எந்த இடத்திற்காகச் செய்யப்பட்டதோ அங்கிருந்து அகற்றப் படுமானால் அதன் முக்கியத்துவத்தை அதன் மாண்பை இழக்கிறது. ஏனென்றால் தேநீர் அறையினுள்ளிருக்கும் சுற்றுப்புறத்தை அனுசரித்தே மலர்க் கொத்துகளின் நீளமும், பரிமாணமும் தொகுக்கப்பட்டிருக்கும்.

பதினேழாம் நூற்றாண்டின் மத்தியில் மலர் அலங்காரக் கலை நிபுணர்கள் தலை தூக்கிய பின்னர்தான் மலரை மலருக்காகப் பாராட்டுவது ஆரம்பமாயிற்று. தேநீர் அறை யிலிருந்து விடுதலை பெற்று அது வைக்கப்படும் ஜாடி, நிர்ணயிக்கும் சட்டத்தைத் தவிர வேறு சட்டங்களுக்கு அடங்காத தனிக் கலையாக வளர்ந்தது. இப்போது புதிய கருத்துகளும் செயல்படும் புதிய முறைகளும் கையாள

முடிகிறது; அதன் பயனாகப் பல புதிய கொள்கைகளும், மரபுகளும் தோன்றியுள்ளன. சென்ற நூற்றாண்டின் மத்தியில் ஒரு நூலாசிரியர் மலர் அலங்காரக் கலையில் வேறுபட்ட நூறு மரபுகளைத் தம்மால் எண்ண முடிந்தது என்று கூறியிருக்கிறார்.

பொதுவாகப் பார்த்தால் இவற்றை மரபுவழி விதிமுறைகளைப் பின்பற்றும் கிளை, இயற்கை முறைகளைப் பின்பற்றும் கிளை என இரு முக்கிய பிரிவுகளாகக் கூறலாம். மரபு வழி பின்பற்றுவோர். இகேனோபோக்காரர்களால் வழி காட்டப்பட்டு கானோ கலை கழகத்தாரை ஒத்த உச்ச இலட்சியங்களை அடைவதற்கு முயன்றனர். இந்த மரபின் ஆரம்பகால நிபுணர்கள் சான்செடஸு த்ஸுநெநேயு போன்ற கலைஞர்களின் மலர்ப் படங்களைப் பார்த்து அநேகமாய் அவற்றையே அனுசரித்துச் செய்த மலர்க்கலை அலங் காரத்தைப் பற்றிய குறிப்புகள் நம்மிடம் இருக்கின்றன. இயற்கை முறைகளைப் பின்பற்றுபவர்களோ அவர்கள் பெயருக்கேற்றாற்போல் இயற்கையையே தம் பிரதியாக ஏற்றுக் கொண்டார்கள். கலை ஒற்றுமைக்கு அவசியமான சில மாற்றங்கள் மட்டும் செய்து கொண்டனர். இதனால் இவர்களுடைய அலங்கார சிருஷ்டியில் உகியேயோ, ஷிஜோ கலை மரபுகள் அடிப்படையாகக் கொண்ட உணர்ச்சிகளைக் காணலாம்.

தொக்குகாவா அலங்காரத்தின் அடிப்படை தத்துவங்களைக் காட்டும் அக்கால பல்வேறு மலர்க்கலை நிபுணர்களால் வகுக்கப்பட்ட அமைப்பு, உட்பிரிவு நுணுக்கம் பற்றிய விதிகளை நம்மால் விரிவாக எழுத இயலுமானால் அது சுவாரஸ்யமாகவே இருக்கும். அதற்குக் காலமும், இடமும் போதாது அவர்களுடைய குறிப்பில் தலைமையான குறிக்கோள் வானம். அடுத்த படியான குறிக்கோள் பூமி, ஒத்துப்போகும் குறிக்கோள் மனிதன் என மூன்றைக் காண்கிறோம். இம் மூன்று குறிக்கோள்கள் இல்லாத எந்த மலர் அலங்காரமும் அர்த்தமற்று உயிரற்றதாகும் எனக் கூறுகின்றனர். மேலும் அவர்கள் மலர்களை அவற்றின் மூன்று அம்சங்களைக் கருத்தில் வைத்துப் பார்க்க வேண்டியதன்

முக்கியத்துவத்தைப் பற்றியும் கூறியிருக்கின்றனர். 1 புற வடிவைச் சார்ந்தது. 2. ஓரளவு மட்டும் புற வடிவம் சார்ந்தது. 3. புறவடிவை முற்றிலும் பொருட்படுத்தாதது, முதலாவது மேற்கத்திய பால்ரூமின் விறைப்பான உடைகளோடு ஒத்து வரும் மலர்களைக் குறிப்பதென்று சொல்லலாம். இரண்டாவது பிற்பகலில் அணியும் எளிய, நேர்த்தியான ஆடையை ஒத்தது. மூன்றாவது பிரெஞ்சுப் பெரு மாட்டிகள் தம் தனி அறைகளிலிருக்கும்போது அணியும் கவர்ச்சியான ஆடையை ஒத்தது.

எங்கள் சொந்தமான மனச்சார்பு, மலர்க்கலை நிபுணரின் கலையைவிட தேநீர் நிபுணரின் மலர் அலங்காரத்தின் பக்கமே. பிந்தியதில் மலர் அலங்காரம் அதற்கு உரித்தான இடத்திற்குத் தகுந்த கலையாவதுடன் வாழ்க்கையோடு உண்மையாக நெருங்கிய தொடர்பு உள்ளதால் நம் உள்ளத்தைத் தொடுகிறது. முன்னால் கூறப்பட்ட இயற்கை முறைகளைப் பின்பற்றும் பிரிவுகளைக் காட்டிலும் இந்த மரபையே நாம் இயற்கையோடியைந்த முறையைப் பின்பற்றும் அலங்காரக் கலை என்று சொல்வோம். தேநீர் நிபுணர் மலர்களைத் தேர்ந்தெடுத்து அதற்குரிய இடத்தில் வைத்ததுமே தம் கடமை முடிந்ததாகக் கருதுகிறார். மலர்களே தங்கள் சொந்தக் கற்பனையைச் சொல்வதற்கு விட்டுவிடுகிறார். குளிர் காலத்தின் இறுதி நாட்களில் ஒரு தேநீர் அறையில் நுழைந்ததும் காட்டுச் செர்ரி மலர்களின் மெல்லிய தூவலையும் அதனுடன் கெமிலியா மலரின் மொட்டு ஒன்றிரண்டையும் பார்ப்பீர்கள். அது விடை பெற்றுக் கொள்ளும் குளிர் காலத்தையும் வரவிருக்கும் வசந்த காலத்தையும் பிரதிபலிப்பதாகும். மேலும் சகிக்க முடியாத வெய்யில் நாளொன்றில் மத்தியான தேநீருக்காக போவீர்களானால் இருளாக்கப் பட்டுக் குளிர்ந்த டோகோனோவில் தொங்கும் ஜாடியொன்றில் தனித்த ஒரு ஆம்பல் மலரைப் பார்ப்பீர்கள். நீர்த்துளிகள் சொட்ட அது வாழ்க்கையின் மடமையைப் பார்த்துக் சிரிப்பதாகத் தோன்றும்.

மலர்கள் மட்டும் நன்றாகத்தானிருக்கும். எனினும் ஒரு ஓவியம், ஒரு சிற்பம் இவற்றுடன் சேர்த்து வைத்தால் மிகவும் வசீகரமாயிருக்கும். செகிஷியு ஒரு சமயம் ஒரு தட்டையான பாத்திரத்தில் ஏரிகளிலும், சதுப்பு நிலங்களிலும் வளரும் தாவரங்களைக் காட்டுவதற்காகச் சில நீர்வாழ் செடிகளை வைத்தார். மேலே இருக்கும் சுவரில் ஓவியர் சோவாமி வரைந்த காட்டு வாத்துக்கள் காற்றில் பறந்து செல்வதைப் போன்ற ஓவியம் ஒன்றைத் தொங்கவிட்டார். ஷோஹா என்னும் வேறொரு தேநீர் நிபுணர், கடற்கரையில் தனிமையின் அழகைச் சித்தரிக்கும் ஒரு கவிதையோடு ஒரு மீனவனின் குடிசை போன்ற வெண்கலத்தாலான சாம்பிராணி புகை பாத்திரத்தையும், சில கடற்கரை காட்டு மலர்களையும் வைத்து அலங்கரித்தார். வந்திருந்த விருந்தினர் ஒருவர் அதைப் பார்த்து முழு அமைப்பில், மறையும் முன்பனிக் காலத்தின் சுவாசத்தை தாம் உணர்ந்ததாகக் குறிப்பு எழுதியிருக்கிறார்.

மலர்களைப் பற்றிய கதைகள் கணக்கில. இனி ஒரே ஒரு கதையைச் சொல்லி நிறுத்துவோம். பதினாறாம் நூற்றாண்டில் மார்னிங் குளோரி அப்போதுதான் எங்கள் நாட்டுக்கு வந்த அபூர்வ மலராயிருந்தது. ரிக்கியு முழு தோட்டத்திலும் அதைப் பயிரிட்டிருந்தார் இடை விடாது. கண்காணிப்புடன் வளர்த்து வந்தார். அவருடைய கொடி மலரின் புகழ் தெய்க்கோவின் காதுக்கெட்டியது. அவர் மலர்களைப் பார்க்க விரும்பினதால் ரிக்கியு அவரைக் காலைத் தேநீர் அருந்த அழைத்தார். அழைக்கப்பட்ட தினத்தன்று தெய்க்கோ தோட்டத்தின் நடுவே நடந்து சென்றார். ஆனால் எங்கும் படரும் கொடியின் சின்னம் ஒன்றும் காணப் படவில்லை. தோட்டத்தில் தரை சமப்படுத்தப்பட்டு சிறிய கூழாங்கற்களாலும், மணலாலும் பரப்பப் பட்டிருந்தது.

கொடுங்கோலர் தெய்க்கோ கோபத்தினால் சிடுசிடுத்த முகத்துடன் தேநீர் அறையில் நுழைந்தார். ஆனால் அங்கு அவர் கண்ட காட்சி அவரை முற்றிலும் சாந்தப்படுத்தி விட்டது. டோக்கோ நோமாவில் சுங் காலத்து வேலைப்பாடு

நிறைந்த அரிய வெங்கலப் பாத்திரத்தில் ஒரே ஒரு மார்னிங் குளோரி வைக்கப்பட்டிருந்தது. தோட்டம் முழுவதற்கும் ராணியைப் போன்றது.

இம்மாதிரிச் சூழ்நிலையில் மலர்களைப் பலியாக அர்ப்பணம் செய்வதன் முழு தாத்பர்யத்தை அறிகிறோம். மலர்களும், அதன் முழு முக்கியத்துவத்தை உணர்கின்றன எனலாம். மனிதர்களைப் போன்று அவை கோழைகள் அல்ல. சில மலர்கள் மரணத்தில் மகிழ்ச்சியடைகின்றன. நிச்சயமாக ஜப்பானிய செர்ரி மலர்கள் விஷயத்தில் இது உண்மை. தம்மைத் தாராளமாக காற்றுக்கு அர்ப்பணித்து விடுகின்றன. யொஷினோவிலோ, அரசியாமாவிலோ நறுமணம் நிறைந்த மலர்கள் சொறிவதை நேரில் கண்டவர்கள் இதை உணர்ந்திருப்பார்கள். ரத்தின மேகங்களைப் போல் ஒரு நொடி நேரம் மிதந்து பளிங்கு போன்ற நீரருவிகளுக்கு மேலே நடனமாடுவதும் பின்னர் மெதுவாகச் சிரிக்கும் அலைகளின் மேலே மிதந்து நகர்ந்து செல்வதும், "ஏ, வசந்தமே போய் வருகிறோம். நாங்கள் எல்லையற்ற, சாசுவதமான உலகை நோக்கிப் போய்க் கொண்டிருக்கிறோம்" எனச் சொல்வது போல் தோன்றும்.

தேநீர்க் கலை நிபுணர்கள்

மத விஷயத்தில் எதிர்காலம் நமக்குப் பின்னர் வர இருக்கிறது. கலையில் நிகழ்காலம் தான் சாசுவதம். என்றைக்கும் உள்ளது. தம் வாழ்க்கையில் கலையை உயிருள்ள, செல்வாக்கு உடையதாகச் செய்பவர்களால் மட்டும்தான் கலையை உண்மையாக ரசிக்க முடியும் என்பது தேநீர் நிபுணர்களின் சித்தாந்தம். ஆகையால் தேநீர் அறையில் பெற்ற உயரிய பண்பாட்டைக் கொண்டு தம் தினசரி வாழ்க்கையைக் கட்டுப்படுத்தி நடந்தார்கள். எந்தச் சூழ்நிலையிலும் உள்ளத்து அமைதியைக் காப்பாற்ற வேண்டும். சுற்றுப்புறத்தோடு உள்ள இனிய சந்த உறவுக்குப் பங்கம் வராதவாறு உரையாடல் நடத்த வேண்டும். நம் உடையின் அமைப்பிலும், நிறத்திலும், உடலின் வளைவிலும், நடக்கும் விதத்திலும் நம் கலையுணர்ச்சி நிறைந்த தனித்துவத்தைக் காட்டும் முறையில் நடந்துகொள்ள வேண்டும். இவை லேசாக நினைத்துப் புறக்கணிக்கக் கூடிய விஷயங்களல்ல. ஏனெனில் நம்மை அழகுடையவராக, சுந்தர புருஷராக ஆக்கிக் கொண்ட பின்னர் தான் அழகை அடைவதற்கு உரிமை பெறுவோம். இவ்வாறு தேநீர் நிபுணர்கள் கலைஞரைக் காட்டிலும் மேலானவராக கலையே ஆக முயன்றார். அது தான் கலை ரசனையின் ஜென் தத்துவம், முழுமை, அழகு எங்கும் நிறைந்துள்ளது. நாம் மட்டும் கண்டு கொள்ள விரும்பினால், ரிக்கியு ஒரு பழைய கவிதையைச் சான்றாக சொல்வதற்குப் பிரியப்படுவார். "மலர்களை மட்டும் விரும்புபவர்களுக்கு நான் பனி மூடின மலைச் சரிவில் சிரமப்படும் அரும்புகளுக்குள் இருக்கும்

முழுதும் மலர்ந்த வசந்தத்தைக் காட்ட விரும்புகிறேன்" என்று.

கலைக்குத் தேநீர் நிபுணர்கள் ஆற்றிய நன்கொடை பலதரப்பட்டதாகும். உச்ச கட்டிடக் கலையிலும், உட்புற அலங்காரத்திலும் முழுப் புரட்சியைக் கொண்டு வந்தனர். தேநீர் அறையைப் பற்றிய அத்தியாயத்தில் நாம் விளக்கி இருக்கும் புதிய பாணியை நிறுவினர். பதினாறாம் நூற்றாண்டுக்குப் பின் கட்டப்பட்ட அரண்மனைகளும், மடங்களும் அந்தப் புதிய பாணியின் செல்வாக்குக்கு உட்பட்டவையே. பல துறைகளில் திறமை வாய்ந்த கொபோரி என்ஷியு தம் மேதையின் குறிப்பிடத்தக்க சின்னங்களாக கட்கராவிலுள்ள அரண்மனைத் தோட்டமும் நாகோயா திஜோ கோட்டைகளும் கொஹான் மடத்தையும் விட்டுச் சென்றிருக்கின்றார். ஜப்பானில் பிரசித்தி பெற்ற பூங்கா தோட்டங்கள் யாவும் தேநீர் நிபுணர்களால் உருவாக்கப் பட்டவையே. தேநீர் நிபுணர்கள் உற்சாகம் அளிக்காதிருந்தால் எங்கள் மண்பாண்டக்கலை இப்போது அடைந்திருக்கும் உச்ச, சிறப்பான தரத்தை எய்தியிருக்காது. தேநீர்ச் சடங்கில் உபயோகமாகும் பாத்திரங்களைத் தயாரிப்பதில் மண்பாண்டக் கலைஞர்கள் தம் முழுத் திறமையையும், சூழ்ச்சிகளையும் உபயோகித்தனர். ஜப்பானிய மண்பாண்டக் கலையைப் பற்றி ஆராயும் யாவருக்கும் என்ஷியுவின் ஏழு குவளைகள் நன்கு தெரிந்ததே. எங்கள் நெசவுத் துணிகளில் பலவும் அவற்றிற்கு அலங்காரமும், வர்ணமும் அமைத்த தேநீர் நிபுணர்களின் மேதை அடையாளங்கள் பதியாத, எத்துறையையும் கலையில் காண முடியாது. ஓவியக் கலையிலும் அரக்குக் கலையிலும் அவர்கள் ஆற்றியிருக்கும் அரும் பெரும் சேவையைப் பற்றிச் சொல்வதே மிகையாகும். ஓவியக் கலை மரபுகளில் மிகச் சிறந்த ஒன்றின் ஆரம்பத்திற்குக் காரணமாயிருந்தவர் தேநீர் நிபுணரான ஹொன்னாமி கொயெத்ன் என்பவர். அவர் அரக்குக் கலைஞராகவும் மண்பாண்டக் கலைஞராகவும் புகழ் பெற்றவர். அவரது கலை சிருஷ்டிகளுக்கு முன்னால் அவருடைய பேரனான கோஹோவின் அரிய சிருஷ்டிகளும், தம்பியின் பேரர்களான கொரின், கென்ஜான் இவர்களுடைய சிறந்த சிருஷ்டிகளும் மங்கலாய்த்தான் தோன்றும். கொரின்

மரபு சிருஷ்டிகள் என்று கூறப்படுவன யாவும் தேநீர்க் கலையின் ரசனை வெளியீடுகளே. இந்த மரபு ஓவியங்களின் அகலமான கோடுகளில் இயற்கையின் வீரியத்தையே நாம் காண்கிறோம்.

தேநீர் நிபுணர்களின் செல்வாக்கு, பிரபாவம் கலையுலகில் அபாரமாயிருந்தாலும், மக்களின் வாழ்க்கை, நடத்தை, ஒழுக்கத்தில் அவர்கள் செலுத்தியிருக்கும் பிரபாவத்தோடு ஒப்பிட்டால் முந்தையது ஒன்றுமே இல்லை என்றுதான் சொல்ல நேரும். நாகரிக சமூகத்தில் உபயோகமாகும் ஒழுக்கம், பேச்சு நடை இவற்றில் மட்டுமின்றி, குடும்ப வாழ்க்கையின் எல்லாக் கூறுகளிலும் தேநீர் நிபுணர்கள் உடன் இருப்பதை உணர்கிறோம். எங்கள் உணவில் நுட்பச்சுவை படைத்தவை பலவும், உணவைப் பரிமாறும் முறையும் அவர்கள் சிருஷ்டித்தவையே. கண்ணியமான சாந்தமான நிறங்களாலான உடைகளையே அணியுமாறு எங்களுக்குக் கற்றுக் கொடுத்தனர். மலர்களை அணுகும்போது தகுந்த உணர்வுடன் செல்ல வேண்டுமென்பதையும் சொல்லிக் கொடுத்திருக்கின்றனர். எங்களுக்கு எளிமையில் இயற்கையாய் இருக்கும் பற்றின் மேல் அழுத்தம் தெரிவித்திருக்கின்றனர். பணிவில் உள்ள அழகையும் எங்களுக்கு எடுத்துக் காட்டியுள்ளனர். சொல்லப் போனால் அவர்களது அறிவுரைகள் மூலமாக மக்கள் வாழ்க்கையின் எல்லாத் துறைகளிலும் தேநீர் இடம் பெற்றுவிட்டது எனலாம்.

வாழ்க்கை எனப்படும் முட்டாள்தனமான இடைஞ்சல்கள் நிறைந்த கொந்தளிக்கும் கடலில் தம் வாழ்க்கையைச் சரியாகக் கட்டுப்படுத்தி வாழும் ரகசியத்தை அறியாத நம்மில் அநேகர் ஒரு பக்கம் சந்தோஷமாகவும், திருப்தியுடனும் வாழ்வதுபோல் காட்ட வீணாக முயன்றாலும் உண்மையில் சதா காலமும் கஷ்டகரமான நிலைமையிலேயே வாழ்கிறோம். ஒழுக்கநெறியை விட்டுச் சாய்ந்து விடாமலிருக்க நாம் செய்யும் முயற்சியில் தள்ளாடிக்கொண்டு தானிருக்கிறோம். அடிவானில் மிதக்கும் ஒவ்வொரு மேகத்திலும் வரும் புயலின் முன்னோடிகளைப் பார்க்கிறோம். எனினும் எல்லையற்றதை நோக்கிப் பாயும் பயங்கர அலைகள் புரண்டு செல்வதில் இன்பமும், அழகும் இருக்கிறது, அவர்களுடைய

ஆத்மாவோடு கலந்து விடலாம் வாருங்கள், அல்லது புயலின் மேலேயே சவாரி செய்வோமே!

அழகாக வாழ்ந்தவரால்தான் அழகாகச் சாக முடியும். உயர்ந்த தேநீர் நிபுணர்களின் கடைசி நாட்கள் அவர்கள் வாழ்க்கையைப் போலவே அற்புதமான சீரிய பண்புகள் நிறைந்தே கழிந்தன. பிரபஞ்சத்தின் சீரிய சந்தத்தோடு ஒன்றி இயங்குவதையே எப்போதும் விரும்பியதால் அப்பால் மறைந்திருக்கும் உலகத்தில் பிரவேசிக்க எப்போதும் தயாராகவே இருந்தனர். "ரிக்கியுவின் இறுதித் தேநீர்" என்றென்றைக்கும் துயர் நிறைந்த மகத்துவத்தின் சிகரமாக விளங்கும்.

ரிக்கியுவும், தைக்கோ ஹிதேயோஷியும் வெகு நாளைய நண்பர்கள். தேநீர் நிபுணரிடம் மகாபோர் வீரரான தைக்கோ வைத்திருந்த மரியாதையும், சிரத்தையும் போற்றத் தக்கது. ஆனால் கொடுங்கோலரின் நட்பு என்றென்றைக்கும் ஆபத்தில் முடியும் மரியாதையே. நம்பிக்கைத் துரோகம் நிறைந்த காலம். மிக நெருங்கிய உறவினர்களைக்கூட மக்கள் நம்புவதில்லை. ரிக்கியு அடிமைகளைப்போல அரச சபையை அலங்கரிப்பவரும் அன்று. தம் கொடூர காவலனோடு பன்முறை தர்க்கத்தில் மாறுபட்ட கருத்துகளைத் தைரியமாய் வெளியிடுவார், தெய்க்கோ, ரிக்கியு இவ்விருவரிடையே சிலகாலம் மனக்கசப்பு இருந்ததைப் பயன்படுத்தி கொடுங்கோல் மன்னரை நஞ்சு கொடுத்துக் கொலை செய்யும் சதியாலோசனையில் ஒருவராக ரிக்கியுவை குற்றஞ்சாட்டினார்கள். அவர் தாம் தயாரிக்கும் பச்சைத் தேயிலை பானத்தோடு கிண்ணத்தில் நஞ்சைக் கலந்து கொடுக்கப் போவதாக மன்னர் ஹிதே யோஷியின் காதோடு காதாகச் சொல்லி வைத்தார்கள். ஹிதேயோஷிக்கு தம் சந்தேகமே போதும் உடனே கொலைத் தண்டனையே நிறைவேற்ற. கோபங்கொண்ட மன்னரிடம் முறையீட்டுக்கே இடமில்லை. ஒரே ஒரு சலுகை மட்டும் குற்றவாளியிடம் காட்டப்பட்டது. அதாவது தன் கையாலேயே சாகும் கௌரவம் வழங்கப்பட்டது.

தம்மையே தாம் பலியாக்கிக் கொள்ள நிர்ணயித்த நாளில் ரிக்கியோ தம் பிரதான சீடர்களைத் தம் கடைசி தேநீர் விழாவுக்கு அழைத்தார். ஆழ்ந்த துக்கத்துடன் விருந்தினர் குறித்த நேரத்தில் முன் வராந்தாவில் வந்து சேர்ந்தனர். தோட்டப் பாதையை அவர்கள் பார்த்த போது மரங்கள் நடுங்குவது போலவும் இலைகளின் சலசலப்பில் வீடில்லாத பேய்கள் ரகசியமாய் பேசுவது போலவும் தோன்றிற்று. நரகத்துக்கு முன் கம்பீரமாய் நிற்கும் காவலாளிகளைப் போன்று சாம்பல் பூத்த கல்விளக்கத் தூண்கள் காட்சியனித்தன. அரிய ஊது வத்தியின் நறுமணம் அலை அலையாகத் தேநீர் அறையிலிருந்து வரத் தொடங்கிற்று. அதுதான் விருந் தாளிகளை உள்ளே வருமாறு அழைப்பதற்கு அடையாளம். அவர்கள் ஒவ்வொருவராக முன்சென்று தத்தம் இருக்கையில் அமர்ந்தனர். டோகோனாமாவில் ஒரு காக்கி மொனோ தொங்குகிறது.

உலகில் எல்லா பொருட்களின் நிலையற்ற தன்மையை உணர்த்தும் அபூர்வ ஆபத்துகள், ஒரு முற்காலத்து புத்த சத்தியாசி வரைந்தது. இரும்பு அடுப்பின் மேல் கொதிக்கும் கெட்டில் பாடுவது போலும், ஒரு வனப்பூச்சி விடுதலை பெற்றுக் கொள்ளும் வெய்யிற் காலத்திடம் தன் கஷ்டங்களைப் பற்றி ஒரே முறையீடு செய்வது போலவும் இருந்தது. உடனே விருந்து கொடுப்பவர் உள்ளே நுழைகிறார். ஒவ்வொருவருக்கும் தேநீர் வழங்கப்படுகிறது. அவர்களும் முறையாகத் தத்தம் கோப்பையைப் குடித்துத் தீர்க்கின்றனர். வீட்டுக்காரர் இறுதியாக வகுக்கப்பட்ட ஒழுக்கத்தின் பிரகாரம் பிரதான விருந்தாளி தேநீர் சாமக் கிரியைகளை ரசித்துப் பார்க்க பரிசோதிக்க அனுமதி கேட்கிறார் ரிக்கியு எல்லாப் பொருட்களையும் காக்கிமொனோவுடன் அவர்கள் முன்னர் வைக்கிறார்.

யாவரும் அவற்றின் அழகை மெச்சிப் புகழ்ந்தவுடன். ரிக்கியு அவர்கள் ஒவ்வொருவருக்கும் ஞாபகார்த்தமாக ஒவ்வொரு பொருளை அன்பளிப்பாக வழங்குகிறார். கிண்ணத்தை மட்டும் தாமே வைத்துக் கொள்கிறார். இந்தக் கிண்ணம் துரதிருஷ்டத்து உதடுகளால் அசூயை

ஆக்கப்பட்டது இனி எப்போதும் மனிதனால் அது உபயோகிக்கப்படக்கூடாது என்று சொல்லி அந்தப் பாத்திரத்தை சுக்குச்சுக்காய் உடைக்கிறார்.

சடங்கு முடிந்தது. விருந்தினர்கள் மிகவும் சிரமத்துடன் தம் கண்ணீரை அடக்கிக் கொண்டு கடைசியாக விடைபெற்று அறையை விட்டுச் செல்கின்றனர். மிகமிக நெருங்கியவரும், நேசிப்பவருமான ஒரே ஒருவர் மட்டும் கடைசிவரை இருந்து பார்ப்பதற்குக் கேட்டுக் கொள்ளப் படுகிறார். ரிக்கியு தேநீர் அங்கியைக் கழற்றி ஜாக்கிரதையாய் மடித்து பாயின் மேல் வைக்கிறார். அதனால் இதுவரை மறைந்திருந்த மாசு மறுவில்லாத வெள்ளை நிற மரண ஆடை காணப்படுகிறது. உயிரை வாங்கும் பட்டாக் கத்தியின் பளபளக்கும் அழகைக் கனவுடன் பார்த்துக் கொண்டு அற்புதமான கவிதையில் அதற்குச் சொல்கிறார்.

> 'உனக்கு நல்வரவு
> ஏ. நித்தியத்தின் வாளே
> புத்தர் மூலமும்
> தர்மத்தின் மூலமும்
> உன் வழியைப் பிளந்திருக்கிறாய்"

தம் முகத்தில் புன்சிரிப்புடன் ரிக்கியு மறு உலகெய்தினார்.

ஒக்ககூரா காக்குஜோ

(வாழ்க்கைக் குறிப்பு)

எலிஸ் கிரில்லி அம்மையார்

1862ஆம் ஆண்டு டிசம்பர் மாதம் 26ஆம் தேதி யோகோ ஹாமாவிலுள் காக்குஜோ என்னும் வியாபாரக் குடும்பத்தில் ஒக்ககூரா கனேமென் என்பவருக்கு இரண்டாவது மகன் பிறந்தான். இது வரலாற்றுப் பிரசித்தி பெற்ற அமெரிக்கக் கப்பற் படை தளபதி கம்மோடோர் பெறியின் கருப்புக் கப்பல்கள் ஜப்பான் துறைமுகங்களைப் பலவந்தமாய்த் திறந்து போட்டபின் சரியாகப் பத்து வருடங்களாகும். இத்துறைமுகங்கள் இருநூற்று ஐம்பது ஆண்டுகளாக வெளியுலகத்தோடு ஜப்பான் எவ்விதத் தொடர்பும் கொள்ளாதவாறு மூடப்பட்டிருந்தன. தம் தேசிய தனித்துவ வாழ்க்கையில் அந்நியர் முரட்டுத்தனமாய்ப் புகுந்ததை ஜப்பானியர் முழுமனதோடு வரவேற்றனர் என்று சொல்லிவிட முடியாது. போருக்கு அஞ்சாத பரம்பரைவாதிகளின் ரத்தக் களரியுடன் கூடிய எதிர்ப்புகளை நசுக்கின பின்னர்தான் முன்னேற்றவாதிகள் வெற்றி பெற்றனர். மேலும் 1868இல் தம் கட்டளையால் ஒரே நாளில் நாட்டை நவீனமாக்கும் திறமை வாய்ந்த மன்னரை சிம்மாசனத்தில் அமர்த்தினர்.

புதிய தலைநகரம் டேக்கியோவும் அதன் துறைமுகம் யோக்கோஹாமாவும் புதிய தேசிய உருமாற்றம் நடைபெறும் தலங்களாயின. அக்காலத்து மற்றும் பல வணிகச் செல்வந்தர்களின் பிள்ளைகளைப் போல் இளைஞர் ஒக்ககூரா

காக்குஜோவும் மேலைநாடு நோக்கிய குறிக்கோளுடன் வளர்க்கப்பட்டார். குழந்தைப் பருவத்திலிருந்தே வீட்டில் ஆங்கிலம் கற்றார். பின்னர் டோக்கியோவில் புதிதாகத் திறக்கப்பட்ட அந்திய மொழிப் பயிற்சிப் பள்ளியில் தம் மொழிப் பயிற்சியை விடாமல் தொடர்ந்தார். அங்கு புதிய உலகிற்குத் திறவுகோலான ஆங்கிலத்தின்மேல் அதிக கவனம் செலுத்தினார். மேலும் ஜப்பானிய இலக்கியத்திற்கும் பண்பாட்டிற்கும், கலாச்சாரத்திற்கும் தாய் மொழியையும் பயின்றார். இவ்விரு அடிப்படைப் பற்றுகள்தான் அவர் வாழ்க்கையின்மையை நூல்களாக அமைந்து இறுதியில் பின்னப்பட்டு முறுக்கேற்றப்பட்ட ஒரே கயிறு போல் திகழ்ந்தன. குறிப்பாக அவர். பண்டைக் கருத்துகளை நன்கு கிரகித்து அவற்றை நவீனமொழியில் வெளியிடுவதில் வெற்றி பெற்றதனால் இரண்டு உலகப் பண்பாடுகளுக்கும் பாலமாக அமைந்தார்.

ஒக்ககூரா *1877* ஆம் ஆண்டில் டோக்கியோ பேரரசு பல்கலைக் கழகத்தில் சேர்ந்தபோது சட்டமுடன், பொருளாதாரமும் அரசியலும் பயிலுமாறு பணித்தனர். ஆனால் ஏனெஸ்ட் பெளலோசா என்னும் ஆசிரியரோடு நிகழ்ந்த சந்திப்பின் காரணமாக தாம் சென்ற பாதை யிலிருந்து வேறொரு பாதையில் திருப்பப்பட்டார். ஏனெஸ்ட் பெனலோசா அரசியல் பொருளாதாரம் பயிற்றுவிக்கும் பேராசிரியராக அமெரிக்காவிலிருந்து வந்தவர். பின்னர் கலைத் தத்துவத்தையும் சேர்த்துப் பயிற்றுவித்தார். சிறுகச் சிறுக இவர் கிழக்கு நாட்டுக் கலைகளின் ஆராய்ச்சியில் முற்றிலும் ஆழ்ந்து போனார். ஆசிரியருக்கும், மாணவருக்கும் இடையே ஆசிரியர் மாணவர் உறவு மாறி அவர்கள் கண் முன்னர் உருவாகிக் கொண்டிருந்த புதியதொரு மகத்தான காரியத்தில் ஒன்றாகச் சேர்ந்து பணியாற்றலாயினர்.

ஜப்பானின் புதிய அரசியல் அமைப்பின் காரணமாக சமயம் பிரிக்கப்பட்டு புத்தமதக் கோவில்களும் சிந்தோ கோவில்களும் அரசின் ஆதரவையும் பாதுகாப்பையும் இழந்தன. கணக்கற்ற மடங்களும், சமய ஸ்தாபனங்களும் பொருளாதார நெருக்கடியின் காரணமாகத் தம்மிடமிருந்த

பண்டைகலைப் பொக்கிஷங்களைத் திறந்து போட்டு அரிய ஓவியங்களையும் சிற்பங்களையும் விற்கத் தொடங்கின. இந்த வரலாற்றுச் சிறப்பு வாய்ந்த கலைப் பொருட்களைக் காலத்திற்குப் பொருத்தமற்றவையென்றும் முற்றிலும் குப்பைகளென்றும் புதுமை வெறியர்கள் கூப்பாடு போட்டனர். பல நூற்றாண்டுகளாய் சேகரித்துக் காப்பாற்றப்பட்டவை சிதறுண்டு போயின. சுலபமாய் விற்பனையாகாதவற்றை உடைத்தும் எரித்தும் புதியவற்றுக்கு இடம் உண்டு பண்ணினர். அயல்நாட்டு மோகம் வெறியாட்டமாக தேசிய வாழ்வின் ஒவ்வொரு மூலையிலும் புகுந்து தாக்கினது. ஐரோப்பிய கலைப் பிரதிகள், அவையும் தோன்றின நாடுகளில் சாதாரணம், மட்டம் என்று கருதப்பட்டவையும் ஜப்பானிய கலைப் பொருட்கள் அகற்றப்பட்ட இடங்களை ஆக்ரமித்துக் கொண்டன. ஜப்பானிய கலைகள் தலை தூக்காதவாறு நிலை மாறியது.

இவ்வாறு நாட்டின் கலை பண்பாட்டுப் பரம்பரையைச் முழுக்க அழித்துக் கட்டுவதைக் கண்டு ஜப்பானிய கலைஞர்களில் சிலரும். இலக்கிய எழுத்தாளர்களில் சிலரும் அயல் நாட்டு அறிஞர்களில் ஓரிருவரும் இவர்கள் ஜப்பானிய தேச வெறியர்களைவிட ஜப்பானியக் கலையின் எதிர்காலத்தைப் பற்றி அதிகமான அக்கறை காட்டினர். இவ்வாறு ஒரு சிறிய குழுவினர் விழித்தெழுந்து செயல்படலாயினர். இக்குழுவினரின் இயக்கம் டோக்கியோ அரசு பல்கலைக் கழகத்திலிருந்து தோன்றி வளர்ந்தது. பேராசிரியர்கள் மோர்ஸ் அவர்களும் பெனஸ்லோசா அவர்களும் வழிகாட்டிகளாக இயங்கினர். கலைஞர்களில் புராதனக் குடும்பத்திலிருந்து கானோஹொகாய் வரலாற்று ஆசிரியராகப் பணியை ஏற்றார்.

பெனஸ்லோசா, தம் செல்வந்த நண்பர் வில்லியம் ஸ்டூர்கீஸ் பிகெலோ அவர்களை, விலை தெரியாது சந்தையில் வீசப்பட்டு விற்பனைக்கு வந்த எல்லாக் கலைப் பொருட்களையும் வாங்கும்படி தூண்டினார். இவையே பின்னர் போஸ்டன் பொருட்காட்சியின் கலைக் களஞ் சியத்தின் கருவாக அமைந்தன. ஒக்ககூராகாக்கு ஜோவும்

கணவான் குகியும் தான் இக்குழுவின் சளைக்காத மிக்க உற்சாகம் நிறைந்த தொண்டர்கள். இந்த எல்லா அன்பர்களும் ஒன்று கூடி 'கங்கா காய்' எனும் பெயரில் ஜப்பானிய ஓவிய பரம்பரையைக் காப்பாற்றுவதற்காக ஒரு சங்கத்தை நிறுவினர். இதன் துவக்கத்திலிருந்து ஒரு கலைப் பயிற்சிப் பள்ளியும் ஒரு தேசிய பொருட்காட்சிச் சாலையும், கலைப் பண்பாட்டு செல்வங்களைக் காப்பாற்ற ஒரு குழுவும் தோன்றலாயின.

புத்துயிர் பெற்று வளர்ந்து கொண்டிருந்த இக் கலை இயக்கம் அனுபவிக்க நேர்ந்த கஷ்டங்கள் பற்றி பேராசிரியர் பெனோல்லோசாவின் மரணத்திற்குப் பின்னர் வெளியான அவரது "சீன ஜப்பானியக் கலையின் சகாப்தங்கள்" எனும் நூலுக்கு அவர் மனைவியார் மேரி பெனோல்லோஸா தமது முகவுரையில் விவரித்திருக்கிறார். எனினும் குறிப்பிடத்தக்க விஷயம் யாதெனில் ஒக்ககூரா அவர்களின் பெயர் ஒரு முறையேனும் இம் முகவுரையில் குறிப்பிடப்படவில்லை. ஆனால் பெனோல்லோஸா கலை ஆய்வுக்காக இயோட்டோவுக்கும் ஓஸாகாவுக்கும் 1886இல் மேலைநாட்டுக் கலைக் கல்வி பயிற்சி முறைகளை நேரில் கண்டறிய ஐரோப்பாவுக்கும் பிரயாணம் செய்த மற்றும் இரு ஜப்பானியத் தோழர்கள் என்று ஜாடையாகக் குறிப்பிடப்பட்டுள்ளது. ஓராண்டு ஐரோப்பாவில் கழித்தபின் இம் மூவரும் ஜப்பானுக்குத் திரும்பும்போது அமெரிக்கா வழியாகச் சென்றனர்.

பெனோல்லோஸாவுக்கும் ஒக்ககூராவுக்கும் இடையே பிற்காலத்தில் தோன்றிய பிளவுக்குச் சரியான காரணம் ஒரு புதிராகவே இருந்தாலும், பொதுவான காரணங்கள் தெரியாதவையல்ல. இருவரையும் உறுதியான தனித் தன்மை வாய்ந்தவர்களெனக் கூறப்பட்டுள்ளது. முக்கியமான இக்கலைச் சேவையில் இருவரும் தத்தம் முக்கியத்துவத்தின் உணர்வில் ஆழ்ந்து போனவர்கள். இப்பணிக்குத் தகுதியான தத்தம் தனித்த திறமைகளைப் பற்றி முற்றிலும் திருபதியடைந்தவர்கள். இருவரும் தடங்கலற்று உணர்ச்சிவசப்படும் தனித்துவ மேதைகள், கலை ஆராய்ச்சியில் தாமே ஒட்டிக் கொள்ளாமல்

ஆராயும் அறிஞர்களைப் போலல்லாது மிக உணர்ச்சி வசப்பட்டு இறங்குபவர்கள். ஒருவரையொருவர் பாராட்டிப் புகழ்ந்தபோதிலும் ஒருவர் பின்னணி திறமை மற்றவருக்கு உபயோகப்படுவதை உணர்ந்த போதிலும் இவ்விருவரும் ஒருவரோடொருவர் மோதிக் கொள்ளாமலிருப்பது தடுக்க முடியாத விஷயமாயிற்று. அவர்களின் இறுதி இடமாற்றமும் முக்கியத்துவத்தில் குறைந்ததன்று, தம் பல்கலைக்கழக மாணவ வாழ்வின்போது ஒரு சிறந்த அந்திய ஆசிரியர் காலடியில் அமர்ந்து பாடம் பயின்ற ஜப்பானிய மாணவர் படிப் படியாய் ஆசிரியரின் நண்பனாகவும், தோழனாகவும் உயர்ந்தார்.

இறுதியில் தாம் அமெரிக்க ஆசிரியரைவிட கிழக்கு நாடுகளின் கலையை அதிக நுட்பமாகவும், ஆழமாகவும் அறியும் ஆற்றல் பெற்றவர் என்னும் உணர்ச்சி ஒக்க கூராவிற்குத் தோன்றியிருக்கலாம். அமெரிக்க ஆசிரியர் தம் வாழ்வின் பின்பகுதியில்தான் ஜப்பானிய கலையுடன் தொடர்பு கொண்டார். மேலும் அவர் இந்த ஆராய்ச்சிக்குத் தேவையான தனிப் பயிற்சியொன்றும் இல்லாதவர் தானே. ஜப்பானிய அரசாங்கத்தின் போக்கு ஒக்ககூராவை விட சற்று நன்றி குறைவாகவும், சாமர்த்தியமில்லாமலும் மாறிற்று. பெனோல்லோஸாவின் செல்வாக்கு குறைந்து கொண்டு இருந்தது. அவருடைய ஆங்கிலச் சொற்பொழிவுகளைப் புதிய மாணவர்களால் புரிந்து கொள்ளமுடியவில்லை. மெய்ஜி ஆட்சியின் பிற்பகுதியில் மொழிப்பயிற்சிக்குக் கொடுத்த முக்கியத்துவம் குறைந்து ஒக்ககூராவை இரு மொழிப் புலவராக ஆக்கின அளவிற்கு இல்லாமல் தரம் தாழ்ந்து விட்டது. 1890ஆம் ஆண்டில் பெனோல்லோஸா அமெரிக்கா திரும்பினார். ஒக்ககூரா புதிதாக நிறுவப் பட்ட தேசிய கலைக் கல்லூரிக்கு முதல்வராக உயர்த்தப் பட்டார். அப்போது அவருக்கு வயது இருபத்தொன்பது தானிருக்கும்.

ஒக்ககூரா டோக்கியோ பிஜுட்ஸு கக்கோவின் (அக்கல்லூரி பின்னர் கெய்ஜுட்ஸு தாய்காக்கு எனப் பெயர் மாற்றப்பட்டிருக்கிறது.) முதல்வராயிருந்து ஆட்சி நடத்திய விதம் மிகவும் விசித்திரமாய்த்தானிருக்கும். எப்பொழுதும் நடிகரைப் போலவும் புறமுக நோக்கினராகவும் ஒக்ககூரா

நடந்து கொண்டார். அவர் தமக்கும் மாணவர்களுக்கும் சீருடையாக, ஒரு சீன தாவு சந்நியாசி போல் தோற்றமளிக்கும் நோக்கத்துடன் ஜப்பானின் நாரா ஆட்சிக்காலத்தில் அணிந்த உடையைப் போன்று ஒன்றைத் தயாரித்தார். பழைய மங்கிப் போன புகைப்படங்களில் இருந்து அது தெரிகிறது. இந்தச் சீருடை கையினால் நூற்கப்பட்ட துணியைக் கொண்டு தைத்த நீண்ட பெரிய அங்கியும் டாங் காலத்தது எனச் சொல்லத்தக்க குல்லாயொன்றும் தான்.

இவ்வாறு உடை தரித்து குதிரையொன்றின் மேல் ஏறிக் கல்லூரிக்கு வரும்போது முதல்வர் ஒரு பண்டைக் குறுநிலமன்னரின் கம்பீரமான தோற்றத்தில் காட்சியளித்திருப்பார். அவர் சொற்பொழிவாற்ற மேடை ஏறும் போது நடிகரைப் போல் கைவீசி நடந்து செல்வார். அவரது பாராட்டத்தக்க உற்சாகமும் கலையின் சாரத்தைப் பற்றி அவருக்கிருந்த தெளிவான ஆழ்ந்த அறியும் சிம்மக்குரலும் அவரது மாணவர்களை முற்றிலும் காந்தத்தைப் போல் கவர்ந்திருக்க வேண்டும். அவரது மாணவர்களில் இன்னும் உயிருடன் இருப்பவர்கள் அந்நாட்களைப்பற்றி பேசும்போது அவர்கள் முகத்தில் ஒளி வீசக் காணலாம். நிச்சயமாக அவரது மேடைப் பாணி மொழி இடம் முதலான எந்தவித தடங்கல்களையும் எளிதில் சமாளிக்கும் சிறப்புத்திறன் வாய்ந்திருந்தது. பிற்காலத்தில் ஓக்கூரா அமெரிக்காவில் கணக்கற்ற சொற்பொழிவாற்றினபோது கேட்டவர்கள் இதே கவர்ச்சி வசப்பட்டதைத் தெரிவித் துள்ளனர்.

இந்த அரசினர் கலைக்கல்லூரியில் பயில்வதற்குச் சேர்ந்த முதல் மாணவர்களில் மிகவும் திறமைசாலிகளாக போகோஹுன்மா தாய்க்கன், சிமொரா கன்ஜுன், ஹிஷிதானே இருந்தனர். இவர்கள் தான் அடுத்த நூற்றாண்டில் ஜப்பானிய கலைப் பாணியின் முன்னோடிக் கலைஞர்களாக பிரசித்தி பெற்றனர். ஒக்ககூராவிடம் அவர்களுக்கிருந்த பக்தி சிரத்தை இறுதி வாழ்நாள் வரை நீடித்திருந்தது. அவர்கள் அவரை தென்ஜின் என்றழைத்தார்கள் இன்றும் ஜப்பானியர்கள் அவரை தென்ஜின் என்று தான் அறிவார்கள், ஆகையால் தென்ஜின் என்பதற்கு விளக்கம் கூற வேண்டியிருக்கிறது.

ஜப்பானிய கலைஞர்களும், எழுத்தாளர்களும் பல கலைப் பெயர்கள் மூலமாகத்தான் இறுதியில் தமக்குச் சிறப்பாக இயைந்த பெயர் ஒன்றை ஏற்று முடிப்பார்கள். பிரசித்தி பெற்ற கலைஞர்களான ஸெஸ்ஸூ கொரின், ஹொகுசாய் முதலியோர் பெயர்களும் இவ்வாறு வந்தது தான். இன்றும் இப்பழக்கம் நடைமுறையிலிருக்கிறது. இவ்வாறான பெயர்கள் காரணப் பொருத்தங்களோடு அர்த்தம் கூறவும் மொழிபெயர்க்கவும் முடியாத அளவு வண்ணமும் மணமும் கலந்து விசித்திரமானவையாகும். சீன வடிவெழுத்துக்களின் ஒளியும், ஒலியும் சேர்ந்து உருவாவதால் தான் அவை அவ்வாறு அமைகின்றன. தென்ஜினைப் பொறுத்தவரை 'தென்' என்றால் சொர்க்கம் என்று பொருள்படும். 'ஷின்' என்றால் இருதயம் என்று பொருள்படும். இதைக்கொண்டு என்ன கற்பனை செய்வீர்களோ செய்து கொள்ளுங்கள். அவை உண்மையில் அனுபவ எல்லைக்கு அப்பாற்பட்ட உள்ளுணர்வு சம்பந்தமானவையாகும்.

அவருடைய மாணவர்களும் கல்லூரி ஆசிரியர்களும் மிகவும் பக்தி சிரத்தையோடு ஒத்துழைத்தாலும் கல்லூரியின் விஷயங்கள் கவலைக்கு இடம் கொடுக்கத் தொடங்கின. ஐராப்பியமயமாக்க விரும்புவோருடன் நடந்த போர் இன்னும் ஓய்ந்ததாக இல்லை. ஜப்பானிய பரம்பரை கலைப்பாணிக்கும் (Nihonga), அயல்நாட்டு பாணிகளுக்கும் இடையே இருந்த பிரச்சனைக்கு இன்னும் ஒரு முடிவைக் காணவில்லை. அவரவர் ஸ்தானத்தில் அமைதியுடன் கூடவே இருப்பதை ஒருவாறு ஒப்புக் கொண்டாலும் இன்றைக்கும் பிரச்னை தீர்ந்ததாக இல்லை.

கொள்கை வித்தியாசங்கள் மட்டும் போட்டிக்குக் காரணமாக இருக்கவில்லை. ஒரு இளைஞர் வெகு சீக்கிரத்தில் உயர்ந்து பல உயர்ந்த ஸ்தானத்து அதிகாரிகள் வெகு தூரம் தாண்டி உயர்ந்த அரசாங்கப் பதவியை எட்டியது சிலர் பொறாமைக்குக் காரணமானது. ஒக்ககூராவின் இறுமாப்பும் சுய நம்பிக்கையுடன் நடந்து கொள்ளும் விதமும் இவர்களால் பொறுத்துக்கொள்ள முடியாத குற்றமாயிற்று. மறைமுகச் சதிகளும் உட் கிளர்ச்சிகளும் அவரைச் சுற்றி நாற்புறமும் தலை தூக்கின. இந்த மனத்தாங்கல் முறைப்பு பல

ஆண்டுகளாக வளர்ந்துவந்த போதிலும் இறுதிக் கட்டத்தின் துண்டிப்புக்குக் காரணம் பல மொட்டைக் கடிதங்களால் இந்தக் கல்லூரியையும் அதன் கொள்கை அளையும் அதன் தலைமையைப் பற்றியும் தூற்றிப் பழித்து அடுத்தடுத்து குற்றச்சாட்டுகள் கிளம்பினதுதான்.

*1898*இல் தென்ஜின் கல்லூரியிலிருந்து ராஜினாமா செய்தார். அவருடன் பாதிக்கு மேற்பட்டோர் விலகினர். எல்லோரும் சேர்ந்து புதியதொரு எதிர்ப்பு கலைக் கல்லூரியையும் கலைச் சங்கம் ஒன்றையும் நிறுவினர். நிஹொன்பிஜுட்ன–இன்' என்ற பெயருடன் இந்தக் கல்லூரி பெருமைவாய்ந்த பழைய ஜப்பானிய கலை பரம்பரையைக் காப்பாற்றிப் புதிதாக உயிர்ப்பு நிறைந்த முறையில் தொடர்ந்து வளர்ப்பதை நோக்கமாகக் கொண்டது. மேற்கு நாட்டுக் கருத்துகளையும் அறிந்து அவற்றிற்கு அடிமையாகி விடாமல் உள்ளிருந்தே சுயமாகப் புதுப்பித்தல் பணியைச் செய்தலே அதன் நோக்கம். அச்சமயம் பெனோல்லோஸா இரு ஆண்டு தங்கலுக்கு ஜப்பானுக்கு வந்திருந்தார். அவர் எவ்வித பழி தீர்க்கும் மனப்பான்மையும் இல்லாது புதிய கலைக் கல்லூரியின் பிட்ஜுஸி இன்' முதல் படக் கண் காட்சியின் விமரிசகராக ஒத்துழைத்தார். போகோஹாமா தாய்க்கள், சிமோமூரா கன்ஜன் இவர்களின் ஓவியங்களைப் பாராட்டி எழுதினார். பிகெலூ இப்புதிய குழுவினரின் பொருளாதார கஷ்டத்தைப் போக்க ஓராயிரம் டாலர் நன்கொடையாக அனுப்பினார்.

ஒக்ககூரா இருமுறை சைனாவுக்கும், இந்தியாவுக்கும் போய்ச் சுற்றி வந்ததிலிருந்து, மேலை நாடுகளில் வெகு வேகமாய்ப் பரவிக் கொண்டிருக்கும் உலோகாயதத்தை எதிர்த்து சமநிலை உண்டுபண்ண விரும்பினார். அதற்குத் தம் பண்பாடுகளின், தத்துவங்களின் அடிப்படையில் பணிபுரிய வேண்டியது கீழை நாடுகளின் இயற்கை விதியாகும் என்ற தம் ஆழ்ந்த நம்பிக்கையில் மேலும் உறுதி கொண்டார். அவர் *1902*ஆம் ஆண்டில் இந்தியாவுக்கு வந்திருந்தபோது இரவீந்திரநாத் தாகூரைச் சந்தித்தார். அக்கணமே இருவரும் தமக்குள்ள இருதய உறவை உணர்ந்தனர்.

தாகூர் தம் கல்கத்தா மாளிகையில் ஜப்பானிய யாத்திரிகர்களை விருந்தினர்களாக நன்கு உபசரித்தார். இக்குழுவில் ஒக்ககூரா தென்ஷினோடு வந்திருந்தவர்கள் கியோடோவிலுள்ள ஹிகாஷிஹொங் காஞ்சி புத்தமதப் பிரிவின் சந்நியாசி ஓதா என்பவரும் பிஜுட்ஸு இன் கல்லூரியின் ஓவியக் கலை மாணவரான கலைஞர் ஹிஷிதா ஷுன்ஸோ என்பவரும் இருந்தனர். இந்திய தத்துவஞானி கவிஞர், ஒக்ககூராவை விட ஓராண்டு வயதில் மூத்தவர், அவர்களது பழைய உரையாடல்களிலிருந்தும், கருத்துப் பரிமாறல்களிலிருந்தும் தோன்றினது தான் ஒக்ககூரா தென்ஷினின் 'கீழை நாடுகளின் குறிக்கோள்கள்' என்னும் நூல். இதுவே ஒக்ககூராவின் முதல் ஆங்கில மொழி வெளியீடு. தேநீர்க்கலை நூல் வெளியாவதறகு இரண்டாண்டுகளுக்குமுன் லண்டனில் 1904இல் வெளியானது. தாகூருடன் இச் சந்திப்பின் ஒரு சாதாரண பொருளார்ந்த சிறப்பு விளைவு இந்திய நண்பர் தம் ஜப்பானிய விருந்தாளிக்கு கொடுத்த ஒரு விசித்திரமான, உயர்ந்த குல்லாய்தான். சிமொமுரா கன்ஜன் தீட்டிய உருவப் படத்தில் ஒக்ககூரா இந்தக் குல்லாயை அணிந்து கொண்டுதான் காட்சியளிக்கிறார் (நூலின் முதல் அட்டையில் பார்க்கவும்).

அவரது புதிய கலைக்கல்லூரியின் பொருளாதார நிலைமை இன்னும் மோசமாயத்தானிருந்தது அமெரிக்காவில் சில ஓவியங்களை விற்று நிலைமையைச் சமாளிக்கலாம் என்று நம்பினார். இந்த நோக்கத்தோடு ஒக்ககூரா தம்முடன் போகோஹாமா தாய்க்கள், ஹிஷிதாஷுன் லோ, ரொக்காகுதி முதலியவர்களைக் கூட்டிக் கொண்டு அமெரிக்காவுக்குப் பயணமானார். அவர்கள் முதலில் நட்புணர்வுடன் சந்தித்தது அமெரிக்க ஓவியர் ஜான்னஃபார்ஜ். அவர் 1886ஆம் ஆண்டில் ஹென்றி ஆடம்ஸ் என்பவர் கூட ஜப்பான் சென்றிருந்தபோது ஒக்ககூராவை அறிந்திருக்கலாம். வாபார்ஜ் ஜப்பானிய ஓவியத்தின் மேல் குறையாத அக்கறை கொண்டிருந்தார். ஜப்பானிய ஓவியக்கலை விஸ்லருடைய இங்கிலாந்திலும் இம்ப்ரென்னனிசக் கலைஞர்களின் பிரான்சிலும் பரவுவதைப் பார்த்தவர், வா யார்ஜ் ஒக்ககராவை அறிமுகப்படுத்தி திருமதி இஸபெல்லா கார்டனருக்கு ஒரு கடிதம் கொடுத்தார். இந்த

போஸ்டனின் ராணி ஜப்பானிய கலைஞர்களைக் கண்டு மகிழ்ச்சியடைந்ததும் அமெரிக்காவில் அவர்களது முயற்சி குறிப்பிடத்தக்கவாறு எளிதாகி விட்டது.

ஜப்பானியக் கலைஞர்களை வரவேற்பதில் திருமதி கார்டனருக்கு உற்சாகமிருந்தது. காரணம் அவர் தம் பணக்காரக் கணவருடன் தம் குழந்தை இறந்ததன் துக்கத்தை மறப்பதற்கு மேற்கொண்ட உலகச் சுற்றுப் பயணத்தின்போது 1882ஆம் ஆண்டிலேயே ஜப்பானுக்கு விஜயம் செய்தவர். அச்சமயம் போஸ்டனில் கலைப் பொருட்கள் சேர்ப்பதில் ஆர்வமுள்ளவர்களும், கலை ரசிகர்களும் தத்துவ ஞானிகளுமான ஒரு சிறிய குழு இருந்தது. இவர்கள் தம் அமெரிக்க நாடு சொத்து சேர்ப்பதிலும், நாடு சேர்ப்பதிலும் அதிக கவனம் செலுத்திக் கொண்டு சிந்தனை உலகிலும் கலை உலகிலுமுள்ள நுட்பங்களை அறியும் ஆற்றல் இல்லாமல் இருந்ததை உணர்ந்தனர். அதை நிவர்த்தி செய்ய தூரக் கிழக்கு நாடுகளையும். மறுமலர்ச்சி பெற்ற இந்தாலியையும் நோக்கினர்.

1903ஆம் ஆண்டில் திருமதி கார்டனர் பென்வே கோர்ட்டில் தம் புதிய இல்லத்தைத் திறந்தார். அது அப்படியே பெயர்த்து வைக்கப்பட்ட வெனிஷியன் அரண்மனை போன்று இருந்தது. பத்து ஆண்டுகளாய்க் கட்டப்பட்டது. திருமதி கார்டனரின் தாராளமான ஆர்வத்தினால் அம் மாளிகையில் இத்தாலிய 'நானூறாண்டு' மறுமலர்ச்சி ஓவியங்களும், கீழை நாடுகளின் ஓவியங்களும், ஜான் ஸிங்கர் ஸார் ஜென்ட்டின் ஓவியங்களும் இடம் பெற்றிருந்தன. தென்ஷினின் சொல்வன்மையும் கவர்ச்சிகரமான தோற்றமும் அவரை அந்தச் சிறிய கடைந்தெடுத்த போஸ்டன் குழுவிற்கு இயற்கையான முக்கியஸ்தர் ஆவதற்கு உதவின.

இந்த ஜப்பானிய பார்வையாளர்கள் தம் கம்பீரமான உடையில் அழுத்தமும், கண்ணியமும் சாந்தமும் நிறைந்த நிறங்களில் மிகவும் மெல்லிய ஜப்பானியப் பட்டினால் செய்த உற்சவச் சடங்கு காலங்களில் அணியப்படும் மேல்கோட்டும் kakama என்னும் கீழ் அங்கியும் அணிந்து கொண்டு நடமாடும்போது போஸ்டன் நகருக்கே ஒரு

வரவேற்கத்தக்க காட்சியாக அது இருந்தது. இவர்கள் போஸ்டன் நகர வீதிகளில் உலவி வரும்போது ஒரு சமயம் நிகழ்ந்த ருசிகரமான சம்பவமொன்று குறிப்பிடத்தக்கது. கர்வமும், மமதையும் நிறைந்த ஒரு அமெரிக்க இளைஞர் இவர்களைப் பார்த்து கேலியாக, அந்த மாதிரியான 'னீஸ்' நீங்கள்? சைனீஸ், ஜப்பானீஸ், அல்லது ஜாவானீஸ்களில் நீங்கள் யார்!" என்று கேட்டார். தென்ஷின் உடனே அந்த அமெரிக்க இளைஞரைப் பார்த்து மிடுக்காக "நாங்கள் ஜப்பானீஸ், நண்பனே! நீ எந்த விதமான 'கீ' என்பதைச் சொல்லு.நீ ஒரு யாங்கியா டாங்க்கியா அல்லது மங்க்கியா?" என்று திருப்பிக் கேட்டார். தென்ஷின் சுடச்சுட பதில் கொடுப்பதில் நாவன்மைமிக்கவர் மட்டுமல்ல; எளிதில் திறமையுடன் ஆங்கிலத்தில் சிந்திக்கவும், பேசவும் வல்லவர் என்பதையும் இச்சம்பவம் வெளிப்படுத்துகிறது.

நியூயார்க், போஸ்டன் நகரங்களில் (தொடர்ந்து லண்டனிலும்) நடைபெற்ற ஜப்பானிய ஓவியங்களின் பொருட்காட்சி வெகு வெற்றிகரமாகவும், பொருளாதார லாபகரமாகவும் நிறைவேறியது. அதனால் இளைய ஜப்பான் யாத்திரிகர்கள் ஐரோப்பா வழியாக ஜப்பான் திரும்புவதற்கும் அங்கு தங்கள் கலைக் கல்லூரியை நடத்துவதற்கும் உதவியது. ஒக்ககூரா மட்டும் அமெரிக்காவிலேயே தங்கினார். 1904ஆம் ஆண்டில் திருமதி கார்டனரிடமிருந்து நல்ல சிபாரிசுக் கடிதங்கள் பெற்றுக்கொண்டு செயின்ட். லூயிஸில் நடைபெறவிருந்த சர்வதேச பொருட் காட்சிக்குப் பயணமானார். அங்கு அவர் சர்வதேச பண்பாடும், இலக்கியமும் என்ற தலைப்பில் பேச வேண்டும். லூவ்ர மியுசியத்தின் தலைவர் வராததால் அன்று தென்ஷினை பேசச் சொன்னார்கள். ஓவியக் கலையின் பிரச்னைகள்' என்ற தலைப்பில் அவர் ஆற்றிய சொற்பொழிவை அனைவரும் ஆர்வத்துடன் வரவேற்றார்கள். அது பின்னர் மும்மாத இதழில் வெளியிடப்பட்டது.

இந்த நல்விளைவுகளின் பலத்தினாலும் திருமதி கார்டனர். தென்ஷினின் சார்பாக தம் ராஜீய செல் வாக்கைப் பயன்படுத்தியதன் விளைவாகவும் போஸ்டன்

பொருட்காட்சிச் சாலையில், முதலில் சீனா, ஜப்பானிய கலைப்பிரிவுக்கு ஆலோசகராகவும், பின்னர் பாதுகாப் பாளராகவும் தென்ஷின் நியமிக்கப்பட்டார். அந்த வேலை 1906–ஆம் ஆண்டில் தொடங்கி அவரது மரண காலமான 1913 வரை நீடித்தது.

இந்த ஆண்டுகளை அவர் ஒரே இடத்தில் அமர்ந்து கொண்டோ அல்லது போஸ்டன் நகரிலேயோ மட்டும் கழிக்கவில்லை. ஜப்பானுக்கும் அமெரிக்காவுக்குமாக மொத்தம் 6 முறை பிரயாணம் செய்திருக்கிறார். சில சமயம் ஐரோப்பா சைபீரியா, சைனா வழியாக உலகையே சுற்றி வந்தார். போஸ்டன் பொருட்காட்சிச் சாலையின் சார்பில் இந்தியாவிலிருந்தும், சைனாவிலிருந்தும் ஜப்பானிலிருந்தும் நிறைய கலைப் பொருட்களை வாங்கினார். இவ்வாறு பொருட்காட்சி சாலையின் விலை மதிக்க முடியாத கலைக் களஞ்சியத்தை நிரப்பினார்.

இந்தக் கலைப் பொக்கிஷம் பெனோலோஸா பிகெலோ, பின்னர் டென்மன் ரோஸ் இவர்களின் சேர்க்கைக் கொண்டு ஆரம்பமானது. தென்ஷின் கிழக்கு நாட்டவராகையால் ஐரோப்பியர்களால் முற்றிலும் பிரவேசிக்க முடியாத சைனாவின் மூலை முடுக்குகளிலும் புகுந்து கலைப்பொருட்களைச் சேகரித்தார். சில சமயங்களில் முற்றிலும் சீனரைப் போல் உடையும் பின்னப்பட்ட சிகையும் தரித்து மாறுவேடம் பூண்டு பிரயாணம் செய்திருக்கிறார். இதிலும் அவரது ஆரம்பகால சீன மொழிப்பயிற்சி மிகவும் உதவியாக இருந்தது. அவரது சீனமொழி உச்சரிப்பில் ஏதாவது அயலார் வாடை தோன்றினாலும் சைனாவின் நூற்றுக் கணக்கான பேசும் மொழிப் பிரிவுகளில் இதுவும் ஒன்றெனக் கருதியிருப்பார்களே தவிர, யாரால் இவரது புதிய உச்சரிப்பைக் குற்றங்காண முடியும்?

சைனாவுக்கு அவர் செய்த இறுதிப் பிரயாணத்தைப் பற்றி 1912ஆம் ஆண்டு புரட்சியை அடுத்து அவரா லேயே எழுதப்பட்ட குறிப்புகளில் காணலாம். இது போஸ்டன் மியூசியம் வெளியீடு 1912 இதழில் வெளியாகி யிருக்கிறது. அவர் சீனர்கள் தம் நாட்டு கலைப் பொக்கி

ஷங்களை எவ்வாறு சேர்த்து பாதுகாப்பாக வைக்கிறார்கள் என்பதையும், ஜப்பானியர்கள் (மெய்ஜி அரசு மீட்சிக்குப் பின் தம் இளம்பிராயத்தில் நேரில் கண்டது) நம் கலைப் பொக்கிஷங்களைச் சிதறடித்தார்கள் என்னும் நேர் விரோதத்தைக் குறிப்பிடுகிறார். டாக்டர் ஒஸ்வால்ட் சிரேன் தம் நூலின் (அமெரிக்க சேகரிப்பின் சீன ஓவியங்கள், பாரிஸ் (1928) முகவுரையில் கீழ்வருமாறு பாராட்டி எழுதுமளவிற்கு தௌஷின் சைனாவை நன்றாகத் துருவிப் பார்த்துதான் வேண்டிய அளவு கலைப் பொருட்களைச் சேகரித்திருக்கிறார்.

"அவர் சைனாவில் வாங்கின ஓவியங்கள் முன் கூறப்பட்ட சேகரிப்பாளர்களின் நன்கொடையளவுக்கு எண்ணிக்கையில் பெரிதாக இல்லாவிட்டாலும் முந்திய சேகரிப்புகளை முற்றிலும் மங்க வைக்கும் அளவிற்குத் தரத்திலும், சிறப்பிலும் உயர்ந்திருந்தன. ஒக்ககூராவால் விலைக்கு வாங்கப்பட்ட படங்களின் மூலம்தான் மேற்கு நாடுகளிலேயே போஸ்டன் மியூசியம் சேகரிப்பில்தான் மிகச் சிறந்த தரமான சீன ஓவியங்களின் சேர்க்கை இருக்கிறது என்னும்படி ஆயிற்று. அவரது கீழை நாட்டு ஓவியக்கலை பற்றிய அறிவும் பயிற்சி அனுபவமும் சேர்ந்து உபயோகப்பட்டதால் இந்தப் பணிக்கு இவரை விட தகுதியானவர் யாரும் இருந்திருக்க முடியாது. சீன ஓவியங்களின் முழு வளர்ச்சியின் வரலாற்றை எடுத்துக் காட்டுவதற்குத் தகுந்த, தரமான ஓவியங்களே இவை."

வெகு நாட்களாகச் சேகரிக்கப்பட்டு குவிந்திருக்கும் கலைப் பொக்கிஷங்களைச் சரியானபடி தரம் வாரி, இனம் வாரியாக பட்டியல் செய்து பிரித்து ஒழுங்கு படுத்தியது, ஒக்ககூரா புரிந்த மகாசாதனையாகும். இவற்றில் சில வலுவான மரப்பெட்டிகளில் அஞ்சலில் வந்த நிலையிலேயே இன்னும் திறக்கப்படாமல் கீழை நாட்டு கலைப் பிரிவின் புதிய கட்டடப் பகுதி திறக்கப் படும்வரை சேமிப்பு அறையிலேயே கிடந்தவை. ஒக்ககூராவின் அந்த சாதனையைப் பற்றி 1918இல் அவரது மரணத்திற்குச் சில நாட்களுக்குப்பின் வெளிவந்த மியூசியம் வெளியீட்டில் விரிவாகக் கூறப்பட்டுள்ளது.

"இயந்திரம் மாதிரி செய்யவேண்டிய சாதாரண வேலையும்கூட ஒருவரால் பார்த்துக் கொள்ள முடியாத அளவு

மிக அதிகமாயிருந்தது. அரசுக் கலைப் பொருட்களையும், உலோகக் கலைப் பொருட்களையும் பாகுபடுத்துவதற்காக ஜப்பானிலிருந்து தகுதி வாய்ந்த நிபுணர்களை வரவழைத்துக் கொண்டார். ஓவியங்களையும், சிற்பங்களையும் தேர்ந்து பாகுபடுத்தி பட்டியல் செய்யும் பணியைத் தாமே மேற்கொண்டார். நம் வியப்பிற்கும், சீரிய கவனத்திற்கும் உரிய விஷயம் யாதெனில், இருபது ஆண்டுகளுக்குள் ஜப்பானிய கலை பற்றிய ஆராய்சி மேலை நாட்டு ஆராய்ச்சிப் பாணியில் வளர்ந்து தேர்வு காணும் விதிகளை முக்கியமாக மரபு வழி வழக்காக வந்த கலைப் பண்புகள் பற்றிய கருத்துகளை மாற்றி சில வழிகளில் எதிர்ப்பக்கமாகவும் திருப்பி விட்டிருக்கிறது. ஓக்ககூராவின் சாதனை, தளராமலும் சளைக்காமலும் தொடர்ச்சியாகப் பல திசைகளிலும் பரந்து நடந்தேறியது பாராட்டத்தக்கதாகும். ஜப்பானிய சீன கலைப் பொருட்கள் எவ்வளவு அருமையான, அற்புதமான பொக்கிஷம் என்பதை உணரும் பண்பை வளர்க்குமாறு சமுதாயத்தைத் தட்டி எழுப்புவதில் ஓக்ககூரா மிகவும் பாடுபட்டார்.

ஓக்ககூரா இறுதிவரை இரு உலகங்களின் மனிதராக இருந்தார் என்பது விசேஷமாகக் குறிப்பிடத்தக்கது. அமெரிக்காவில் வேலை பார்த்த காலத்திலும் ஜப்பானுடன் அவரது வாழ்க்கைத் தொடர்பு துண்டிக்கப்படவில்லை. அவருடைய குடும்பத்தை எப்போதுமே தம்முடன் அயல் நாடுகளுக்கு அழைத்துச் சென்றதில்லை. ஆகையால் அவர் தவறாமல் தம் மனைவியையும், குழந்தைகளையும் காண அவர்கள் இருந்த இஜூரர் என்னும் கிராமத்திற்கு வந்து தங்கிச் செல்வார். அந்தச் சிறிய மீனவர்கள் கிராமத்திற்கு வந்து அந்த உலகம் சுற்றுபவர் தம் நண்பர்களுடன் சேர்ந்து எல்லாம் மறந்து ஓய்வு காண்பார். அந்த நண்பர்களில் பாதிப்பேர் உள்ளூர் செம்படவர்கள். மீதிப்பேர் அக்காலத்து பிரசித்தி பெற்ற கலைஞர்களாயிருப்பார்கள். பேராசிரியர் லொங்டன் வார்னர் ஓக்ககூராவைச் சந்தித்து ஆராய்ச்சி விஷயமாக அவரிடம் ஆலோசனை கேட்பதற்காக அங்கு வந்து போனார். அப்போது அவருக்கு ஜப்பானுடன் ஏற்பட்ட இனிமையான நட்பின் தொடர்பு காரணமாகவே, பின்னர் இரண்டாவது மகாயுத்தத்தின்போது அவரது

தலையீட்டினால் கியோட்டோ, நாரா என்னும் இரு நகரங்கள் சிறந்த நகரங்களாக மதிக்கப்பட்டு அவற்றின் மீது குண்டு வீசாமல் சர்வ நாசத்திலிருந்து காப்பாற்றப் பட்டன.

ஒக்ககூரா கடைசியாகக் கலந்து கொண்ட நிகழ்ச்சிகளில் ஒன்று அப்போது அவர் உடல்நிலை சரியில்லாமலும், ஜுரத்துடனும் இருந்த சமயம் கியோட்டோவில் ஆகஸ்டு 1913இல் பண்பாட்டுப் பொக்கிஷங்களின் பாதுகாப்புக் குழுவின் பிரதிநிதியாகச் சென்றிருந்தார். அந்நிகழ்ச்சியில் அவர் மிகவும் உருக்கமாக ஆற்றிய உரையினை விதியின் விளையாட்டு என்று சொல்ல வேண்டும். நாராவில் ஹொர்யூஜி கோவில் மடத்திலுள்ள சுவர் ஓவியங்களை – கி.பி.ஏழாம் அல்லது எட்டாம் நூற்றாண்டில் வரையப்பட்டவை – (அஜந்தா குகை ஓவியங்களை மிகவும் அனுசரித்தது) உடனடி பாதுகாக்க ஏற்பாடு செய்யுமாறு கேட்டுக் கொண்டார்.

தென்ஷின் ஜப்பானிய ஆல்ப் மலையிலுள்ள அகாகூரா வெந்நீர் ஊற்று ஸ்தலத்தில் 1913ஆம் ஆண்டு செப்டம்பர் 2ஆம் தேதி மரணமடைந்தார். முப்பத்தாறு ஆண்டுகளுக்குப் பின் ஹொர்யூஜி சுவரோவியங்களும் தென்ஷின் போன்றவர்களின் ஜப்பானிய கலைப் பொக்கிஷம் காப்பாற்றப்பட வேண்டுமென்ற சீரிய முயற்சிகளையும் மீறி எல்லாவற்றையும் அழித்துத் தீர்க்கும் நெருப்புக்கு இரையாயிற்று.